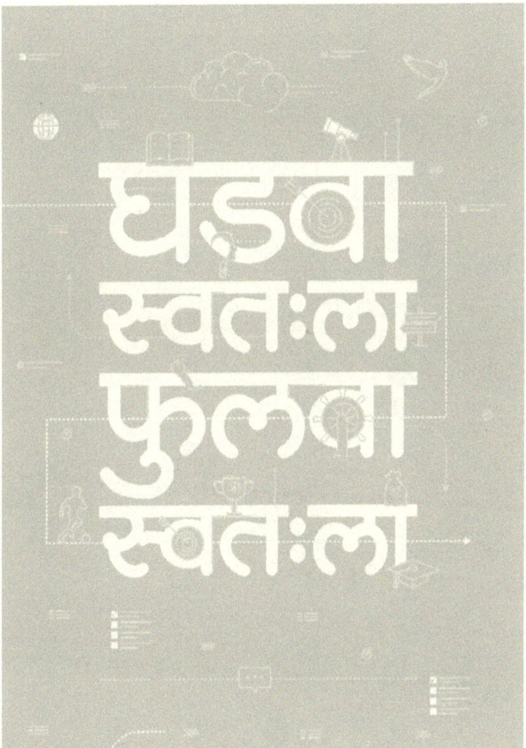
घडवा
स्वतःला
फुलवा
स्वतःला

घडवा स्वतःला फुलवा स्वतःला

किशोरांसाठी व्यक्तिमत्त्व विकास

शिवराज गोर्ले

सकाळ प्रकाशन

सकाळ प्रकाशन

Ghadva Swatahala, Fulwa Swatahala

© Shivraj Gorle

घडवा स्वतःला, फुलवा स्वतःला

लेखक : शिवराज गोर्ले

प्रथम आवृत्ती : सप्टेंबर २०१८

दुसरी आवृत्ती : एप्रिल २०१९

मुखपृष्ठ - मांडणी : प्रदीप खेतमर, आर्ट ॲडव्हर्टायझिंग

प्रकाशक : सकाळ मीडिया प्रा. लि.
५९५, बुधवार पेठ, पुणे - ४११००२

ISBN : 978-93-87408-40-1

संपर्क : ०२०-२४४० ५६७८ / ८८८८८ ४९०५०
sakalprakashan@esakal.com

प्रस्तावना

'राज्य पाठ्यपुस्तक निर्मिती मंडळा'तर्फे प्रकाशित होणारं 'किशोर' हे मासिक शालेय विद्यार्थ्यांचं अगदी लाडकं मासिक आहे. महाराष्ट्राच्या कानाकोपऱ्यातल्या शाळांपर्यंत ते पोहोचतं आणि आवर्जून वाचलं जातं.

काही वर्षांपूर्वी मी किशोर वाचकांसाठी लिहिलेल्या लेखमालेला चांगलाच प्रतिसाद लाभला होता. 'इंद्रायणी साहित्य'तर्फे तिचं '*कशासाठी-यशासाठी*' हे पुस्तकही प्रकाशित झालं. त्याच्या अनेक आवृत्त्या निघाल्या आहेत. सध्या माझे मित्र श्री. किरण केंद्रे हे 'किशोर'चे कार्यकारी संपादक आहेत. विद्यार्थ्यांना 'किशोर'च्या माध्यमातून सतत काही वेगळं, चांगलं वाचायला मिळावं, यासाठी केंद्रे सतत प्रयत्नशील असतात. त्यांच्याशी झालेल्या चर्चेतूनच '*घडवा स्वतः ला.. फुलवा स्वतःला*'ही दुसरी लेखमाला मी किशोरसाठी लिहिली. 'व्यक्तिमत्त्व विकासा'ची बीजं शालेय वयातच पेरली जावी, रुजावी, अशी कल्पना होती.

लेखमाला प्रसिद्ध होऊ लागली आणि दूरदूरच्या शाळांमधील विद्यार्थी, शिक्षक यांचा अभूतपूर्व असा प्रतिसाद लाभत गेला. अनेक शिक्षक त्यातील लेखांचे वर्गात वाचन करून त्यावर मुलांना बोलतं करू लागले. एका शाळेतील विद्यार्थ्यांनी सर्वांच्या स्वाक्षरीसह अतिशय सुंदर पत्र मला पाठवलं. 'छोटीशी

भेट' म्हणून सोबत एक सुंदर मोरपीसही होतं. आश्चर्य म्हणजे तिसरीतल्या एका मुलीनंही स्वतः दूरध्वनी करून 'मला तुमचे लेख आवडतात' हा अभिप्राय दिला. 'सोप्या भाषेत मुलांना चांगलं, उपयुक्त असं काही दिलं तर ते त्यांना निश्चित भावतं', हा माझा विश्वास अधिकच दृढ झाला. दै. सकाळ हेही महाराष्ट्रातलं एक लोकप्रिय दैनिक, 'सकाळ प्रकाशना'नं यापूर्वीही *'यशस्वी व्हावं कसं?'* व *'तुम्ही बदलू शकता'* ही माझी पुस्तकं प्रकाशित केली आहेत. 'सकाळ प्रकाशना'च्या संपादक दीपाली चौधरी यांनी 'किशोर'मधील माझे काही लेख वाचले होते. त्यांना 'किशोर'च्या सर्वदूर लोकप्रियतेची कल्पनाही होतीच. त्यामुळे लेखमालेवर आधारित हे पुस्तक 'सकाळ'नं प्रकाशित करावं, या माझ्या प्रस्तावाला त्यांनी अतिशय सकारात्मक प्रतिसाद दिला.

त्यातूनच हे पुस्तक 'किशोरां'ना उपलब्ध झालं आहे. उत्साह वाढविणारा प्रतिसाद नेहमीच देत असणाऱ्या माझ्या किशोर वाचकांना, शिक्षकांना मनःपूर्वक धन्यवाद आणि माझ्या बालमित्रांना 'व्यक्तिमत्त्व विकासा'साठी खूप खूप शुभेच्छा!

- शिवराज गोर्ले

अनुक्रमणिका

१. प्रथम चांगला माणूस व्हा

मुलांनी खूप शिकून मोठं व्हावं, अशीच सर्व पालकांची इच्छा असते, पण मोठे होण्यासाठी मुलांनी काय काय शिकायचे असते? आणि मोठे तरी नेमके कसे व्हायचे असते? मोठे होणे म्हणजेच स्वतःला घडवणे, स्वतःला फुलवणे. स्वतःचे व्यक्तिमत्त्व खुलवणे, त्याचा विकास करणे. 'व्यक्तिमत्त्व विकास' हा आता परवलीचा शब्द झाला आहे. मुलांसाठी आणि मोठ्यांसाठीही कार्यशाळा घेतल्या जातात. अशा शिबिरात सहभागी होऊन खरेच 'व्यक्तिमत्त्व विकास' होऊ शकतो का? होय, शिबिरांमधून त्यासाठीची दिशा दाखवता येते, परंतु 'व्यक्तिमत्त्व विकास' हा ज्याचा त्यानेच करायचा असतो. व्यक्तिमत्त्व घडवणे, फुलवणे हा सतत चालणारा प्रवास असतो. आज आपण त्या प्रवासाला प्रारंभ करत आहोत.

☑ प्रभावी व्यक्तिमत्त्व कोणते?

एखाद्या कार्यक्रमासाठी लोक जमलेले असतात. त्यांची गटागटाने चर्चा चालू असते, तेवढ्यात झकपक पोशाख केलेला कुणी ऐटीत प्रवेश करतो व सगळ्यांचे लक्ष वेधून घेतो. 'हॅलो, हॅलो' वगैरे करत तो संभाषण सुरू

करतो. सफाईदार इंग्रजीतही बोलतो. 'मी नुकताच अमेरिकेतून परतलोय', असे जाहीर करून आपल्या परदेशवारीचे वर्णन करू लागतो किंवा मग स्वतःच्या नव्या गाडीविषयी सांगू लागतो. 'हा फक्त स्वतःच्याच टिमक्या मारतोय', हे ध्यानात आल्याने लोक हळूहळू बाजूला होतात. तरीही त्याचा उथळ पाण्याचा खळखळाट सुरूच असतो.

याउलट हे चित्र पाहा. अशाच कुठल्या बैठकीसाठी माणसे जमलेली असतात, तेवढ्यात नेटक्या पोशाखातला एक उमदा तरुण प्रसन्न चेहऱ्याने प्रवेश करतो. प्रथम लोक कशावर बोलताहेत, ते उत्सुकतेने ऐकून घेतो. मग हलकेच संभाषणात सहभागी होतो. अतिशय नम्रतेने त्या विषयासंदर्भातली काही नवी माहिती देतो. स्वतःचे मतही नम्रतेनेच मांडतो. बघता बघता बैठकीची सूत्रे त्याच्याकडेच नकळत येतात. ती जबाबदारी स्वीकारून तो तरुण मग त्या चर्चेमधून काही चांगले निष्पन्न व्हावे, या दिशेने प्रयत्न करू लागतो.

सांगा पाहू, या दोघांमधले खरे प्रभावी व्यक्तिमत्त्व कुणाचे? 'तो आला, त्यानं पाहिलं, त्यानं जिंकलं' असे एखाद्याविषयी म्हटले जाते, तेव्हा चटकन आपल्या नजरेसमोर येते, ते त्या व्यक्तीचे आकर्षक, रुबाबदार व्यक्तिमत्त्व; पण त्याच वेळी त्या व्यक्तीचे कर्तृत्वही आठवायला हवे, नाही का? आयुष्यात मोठे होण्यासाठी, यशस्वी होण्यासाठी फक्त उत्तम व्यक्तिमत्त्व पुरेसे नसते. कर्तृत्वही हवे असते आणि कर्तृत्वासाठी खूप सारे गुण आवश्यक असतात.

☑ व्यक्तिमत्त्व म्हणजे काय?

व्यक्तिमत्त्व हे अनेक पैलूंनी बनते. हे पैलू कोणते? तर तुमचे बहिरंग, तुमची प्रकृती, तुमची प्रवृत्ती, तुमचा स्वभाव, तुमचे विचार, भावना, सवयी, तुमची वागणूक, तुमच्या आवडीनिवडी अशा अनेक घटकांचे एकजीव मिश्रण म्हणजे तुमचे व्यक्तिमत्त्व! तेव्हा लक्षात ठेवा, व्यक्तिमत्त्व म्हणजे केवळ

बाह्यरूप, बहिरंग नव्हे. म्हणूनच व्यक्तिमत्त्व विकास हा आतून व्हावा लागतो. नीटनेटके राहणे, उत्तम वेशभूषा करणे, ऐटीत चालणे, वागण्याबोलण्यात डौल असणे ही सारी व्यक्तिमत्त्वाची बाह्य लक्षणे असतात. ती आत्मसात करता येतात, पण आयुष्यात यशस्वी होण्यासाठी ती पुरेशी नसतात. तुम्ही छान बोलू शकत असाल तर उत्तमच; पण मित्रहो, तुम्ही मनापासून बोलता का- हे जास्त महत्त्वाचे आहे. तुम्ही चलाख, चतुर आहात का, यापेक्षा तुम्ही प्रामाणिक आहात का, हे महत्त्वाचे आहे. तेव्हा हे पक्के लक्षात ठेवा, 'व्यक्तिमत्त्व विकास' म्हणजे बाह्य सजावट नव्हे, दिखावा नव्हे. तुमचे अंतरंग हाच तुमच्या व्यक्तिमत्त्वाचा गाभा असतो, पाया असतो. कुठलीही इमारत डौलाने उभी राहायला हवी असेल तर तिचा पाया भक्कम हवा, नाही का?

☑ सचिनचा मंत्र

सचिन तेंडुलकर हे आपल्या देशातील एक उत्तुंग व्यक्तिमत्त्व! असंख्य विक्रम करणाऱ्या, अवघ्या चाळिसाव्या वर्षी 'भारतरत्न' हा सन्मान मिळवणाऱ्या सचिनचा आदर्श ठेवावा, असे कुणाला वाटणार नाही? पण स्वतः सचिनपुढे कोणता आदर्श होता? सचिनने पदार्पणातच क्रिकेटमध्ये आंतरराष्ट्रीय पातळीवर घवघवीत यश मिळवले, तेव्हा लेखक असलेल्या त्याच्या वडिलांनी - रमेश तेंडुलकर यांनी सचिनला म्हटले होते, 'क्रिकेट खेळून तू यश मिळवतो आहेस, हे आनंदाचंच आहे, पण विचार कर, किती वर्षे क्रिकेट खेळशील? पंधरा वर्षे, जास्तीत जास्त वीस वर्षे आणि माणूस म्हणून जगशील अंदाजे सत्तर वर्षे. याचा अर्थ क्रिकेट खेळणं, हा जीवनातला एक

सचिनने पदार्पणातच क्रिकेटमध्ये आंतरराष्ट्रीय पातळीवर घवघवीत यश मिळवले, तेव्हा लेखक असलेल्या त्याच्या वडिलांनी - रमेश तेंडुलकर यांनी सचिनला म्हटले होते, 'क्रिकेट खेळून तू यश मिळवतो आहेस, हे आनंदाचंच आहे, पण विचार कर, किती वर्षे क्रिकेट खेळशील? पंधरा वर्षे, जास्तीत जास्त वीस वर्षे आणि माणूस म्हणून जगशील अंदाजे सत्तर वर्षे. याचा अर्थ क्रिकेट खेळणं, हा जीवनातला एक छोटा काळ आहे, तेव्हा यशानं माजू नकोस आणि अपयशानं खचू नकोस. माणूस म्हणून चांगला वाग, स्वभाव चांगला ठेव. लोकांनी तुला चांगल्या स्वभावाचा माणूस म्हणून लक्षात ठेवलं तर ते जास्त मोलाचं आहे.'

छोटा काळ आहे, तेव्हा यशानं माजू नकोस आणि अपयशानं खचू नकोस. माणूस म्हणून चांगला वाग, स्वभाव चांगला ठेव. लोकांनी तुला चांगल्या स्वभावाचा माणूस म्हणून लक्षात ठेवलं तर ते जास्त मोलाचं आहे.'

सचिनने वडिलांनी दिलेला हा मंत्र मनाशी जपला, म्हणूनच तो नुसता खेळाडू म्हणून नव्हे, तर चांगला माणूस म्हणून नावाजला गेला. अफाट लोकप्रियता मिळूनही तो कायम नम्रच राहिला. पंचांचा निर्णय चुकला तरी मैदानावर त्याने कधी बॅट आपटली नाही. त्याच्यावर टीका करणाऱ्यांनाही त्याने आपल्या बॅटनेच उत्तर दिले. स्वतःच्या विक्रमांपेक्षा नेहमी संघाच्या विजयाला महत्त्वाचे मानले. आपले गुरू, सहकारी, कुटुंबीय यांच्याविषयी तो कायम कृतज्ञ राहिला. मोठे होताना हे सारे विसरू नका.

□

चांगल्या माणसाची लक्षणे

आयुष्यात खूप मोठे व्हावे, यशस्वी व्हावे, चांगल्या मार्गाने हवा तेवढा पैसा मिळवावा, मानमरातब मिळवावा, पण प्रथम चांगला माणूस व्हावे, हे आपण पाहिले. आता प्रश्न असा येतो, कसा असतो चांगला माणूस? काय असतात चांगल्या माणसाची लक्षणे? ती आपण पाहूच, पण प्रथम हे लक्षात ठेवायला हवे, की जन्मतः कुणीच वाईट नसतो. माणूस हा खरे म्हणजे स्वभावतः चांगलाच असतो, पण हळूहळू इतरांकडे पाहून आलेल्या काही अनुभवांमुळे, योग्य मित्र अथवा मार्गदर्शन न मिळाल्यामुळे माणूस बदलत जातो. अयोग्य, चुकीचे, क्वचित वाईटही वागू लागतो. हे कशामुळे होते?

एखादा माणूस खूप स्वार्थी आहे, असे आपण म्हणतो. जो स्वार्थी नसतो, तो चांगला माणूस असतो का? हे जरा नीट समजून घ्यायला हवे. मित्रहो, स्वार्थ म्हणजे काय? तर स्वतःचे हित. आता आपले स्वतःचे हित तर बघावेच लागते. आपले हित आपण जपायचे नाही तर कुणी? आपला उत्कर्ष आपण साधायचा नाही तर कुणी? तेव्हा हा स्वार्थच असतो आणि तो स्वाभाविकच असतो पण हे लक्षात ठेवायला हवे, की जसा आपल्याला

चांगला माणूस सतत फक्त स्वतःच्याच पोळीवर तूप ओढायचा प्रयत्न करत नाही. स्वतःबरोबर इतरांचेही भले करू पाहतो. एकतर निश्चित, 'चांगला माणूस' कुणाचे भले करणे शक्य नसेल, तरी निदान नुकसान करत नाही. जाणूनबुजून तर नाहीच नाही!

स्वार्थ असतो, तसा दुसऱ्यांनाही असतो. त्यांनाही त्यांचे हित जपायचे असते. थोडक्यात स्वतःचे हित साधताना दुसऱ्याचे अहित करता कामा नये. स्वतःच्या फायद्यासाठी कधीही दुसऱ्याचे नुकसान करायचे नाही. असे वागावे, असे करावे ज्यात दोघांचाही फायदा असेल. यालाच इंग्रजीत 'विन विन' असे म्हणतात. चांगला माणूस हा प्रामाणिक असतो. तो स्वतःच्या भल्यासाठी कधीही इतरांचे नुकसान करत नाही.

चांगला माणूस हा प्रसंगी दुसऱ्यांना मदतही करतो, पण ते त्याच्यावर उपकार म्हणून नव्हे, तर ती करताना त्याला एक समाधान मिळत असते म्हणून. चांगला माणूस अशी मदत करतो आणि विसरून जातो. यालाच 'नेकी कर और दर्या में डाल' असे म्हटले जाते.

साध्या, सोप्या शब्दांत सांगायचे तर चांगला माणूस सतत फक्त स्वतःच्याच पोळीवर तूप ओढायचा प्रयत्न करत नाही. स्वतःबरोबर इतरांचेही भले करू पाहतो. एकतर निश्चित, 'चांगला माणूस' कुणाचे भले करणे शक्य नसेल, तरी निदान नुकसान करत नाही. जाणूनबुजून तर नाहीच नाही!

☑ अहंकाराचा वारा

चांगुलपणाच्या मार्गातील आणखी एक मोठा अडथळा म्हणजे अहंकार. इंग्रजीत यालाच 'इगो' असे म्हणतात. स्वाभिमान जरूर असावा, पण अहंकार नसावा. अहंकार आंधळा असतो. त्याला स्वतःचे दोष दिसत नसतात, पण मौज म्हणजे इतरांचे फक्त दोषच दिसत असतात.

अहंकारी माणूस स्वतःला श्रेष्ठ तर समजतोच, पण इतरांना नेहमी तुच्छ लेखत असतो. इतरांना कमी लेखणे, त्यांचा अपमान करणे यातच अशा अहंकारी माणसांना आनंद मिळत असतो. असा माणूस चांगला कसा असू शकतो? म्हणूनच चांगली माणसे म्हणतात, 'अहंकाराचा वारा न लागो राजसा!'

☑ नम्रता / कृतज्ञता

चांगली माणसे नेहमी नम्र असतात. त्यांना जशी त्यांच्या गुणांची जाणीव असते, तशीच दोषांचीही असते. असे म्हटले जाते की, माणूस जसजसा मोठा होत जातो, तसतसा तो नम्र होत जातो, कारण त्याला जाणवते, की जग किती मोठे आहे, ज्ञान किती अफाट आहे. त्या तुलनेत आपण जे ज्ञान मिळवले आहे, यश मिळवले आहे, ते किती छोटे आहे. 'विद्या विनयेन शोभते' हे तर तुम्ही नक्कीच ऐकले असणार. दुर्दैवाने काही माणसे अर्ध्या हळकुंडाने पिवळी होतात. थोडे यश मिळाले तरी उद्दामपणे वागू लागतात.

चांगली माणसे भरपूर यश मिळवूनही नम्र राहतात आणि कृतज्ञही, कारण त्यांना माहीत असते, एकटा माणूस जगात काहीच करू शकत नाही. प्रत्येकाच्या यशात इतर अनेक लोकांचा वाटा असतो. एक छोटे उदाहरण घेऊ, क्रिकेटमध्ये एखादा गोलंदाज खूप विकेट्स मिळवतो व त्यामुळे नावाजला जातो, पण त्याला मिळालेल्या यशात संघातल्या इतर खेळाडूंचाही सहभाग असतो. इतरांनी उत्तम क्षेत्ररक्षण केलेले असते, झेल घेतलेले असतात तेव्हाच तो गोलंदाज यशस्वी झालेला असतो.

चांगली माणसे या सगळ्याची नेहमी जाण ठेवतात व ज्यांनी ज्यांनी सहकार्य केले, मार्गदर्शन केले त्यांच्याविषयी कृतज्ञता ठेवतात.

चांगली माणसे भरपूर यश मिळवूनही नम्र राहतात आणि कृतज्ञही, कारण त्यांना माहीत असते, एकटा माणूस जगात काहीच करू शकत नाही. प्रत्येकाच्या यशात इतर अनेक लोकांचा वाटा असतो.

☑ आतला आवाज ऐका

खरे तर चांगल्या माणसाची कितीतरी लक्षणे सांगता येतील, पण मौज अशी की, चांगले वागणे म्हणजे काय, हे आपले आपल्याला कळत असतेच. आपले अंतर्मन आपला आतला आवाज नेहमी आपल्याला सावध करत असतो. चुकून आपल्या मनात आले, की कुणी बघत नाहीये, ही वस्तू उचलावी, तर आपला आतला आवाज चटकन बजावतो, 'छे! हे योग्य नव्हे.'

अर्थात, कधी आपण चुकतोही. चुकतो तो माणूस असेही म्हणतात, पण मला वाटते शिकतो तो माणूस, चांगला माणूस! शेवटी हेही सांगायला हवे, आपण चांगले वागायचे असते ते आपल्या स्वतःच्या समाधानासाठी. वाईट वागण्यामध्ये कोणताही पुरुषार्थ नसतो. म्हणून इतरांनी आपल्याला चांगले म्हणावे, यासाठी नव्हे तर आपल्यालाच छान वाटावे, म्हणून चांगले वागायचे असते.

◻

कशासाठी, पैशासाठी

आपण एखादी परीक्षा देतो, त्या वेळी आपले ध्येय काय असते? तर परीक्षेत उत्तम गुण मिळवून उत्तीर्ण होणे. शक्य असेल तर पहिला क्रमांक मिळवणे. आपण एखाद्या स्पर्धेत भाग घेतो. उदाहरणार्थ-क्रीडा स्पर्धेत खेळतो, तेव्हा आपल्याला काय हवे असते? तर स्पर्धेत जिंकणे, त्या खेळात पारितोषिक मिळवणे.

हे अगदी स्वाभाविक आहे, आवश्यकही आहे. जेव्हा जिंकणे, प्रथम येणे हे आपले ध्येय असते तेव्हा आपण त्यासाठी कसून मेहनत करतो, जीव ओतून प्रयत्न करतो. ते तर करायलाच हवेत, पण मित्रहो, तुम्ही कधी हा विचार केलाय का - की आपण एखाद्या परीक्षेला का बसतो? आपण परीक्षा देतो, अभ्यास करतो हे फक्त उत्तीर्ण होण्यासाठी किंवा पहिले येण्यासाठी नव्हे, आपल्याला शिकायचे असते, त्या विषयाचे ज्ञान मिळवायचे असते. उत्तीर्ण होणे ही फक्त पावती असते, आपण ते ज्ञान मिळवल्याची! म्हणजे आपले खरे ध्येय 'शिकणे' हेच असते, 'ज्ञान मिळवणे' हेच असते, होय की नाही?

आपण एखाद्या परीक्षेला का बसतो? आपण परीक्षा देतो, अभ्यास करतो हे फक्त उत्तीर्ण होण्यासाठी किंवा पहिले येण्यासाठी नव्हे, आपल्याला शिकायचे असते, त्या विषयाचे ज्ञान मिळवायचे असते. उत्तीर्ण होणे ही फक्त पावती असते, आपण ते ज्ञान मिळवल्याची! म्हणजे आपले खरे ध्येय 'शिकणे' हेच असते, 'ज्ञान मिळवणे' हेच असते,

आता खेळाकडे वळू. आंतरशालेय कबड्डी स्पर्धेत तुम्ही भाग घेता, शाळेच्या संघाकडून खेळता. शाळेला करंडक मिळवून देणे, हे तुमचे उद्दिष्ट असते, असायला हवे, पण मुळात आपण खेळतो कशासाठी? आनंदासाठी, आरोग्यासाठी. आपण स्पर्धेत भाग घेतो, ते आपले कौशल्य वाढवण्यासाठी. म्हणजेच आपले खरे उद्दिष्ट असते, खेळण्यातले कौशल्य संपादन करणे, नैपुण्य मिळवणे, आपली शारीरिक क्षमता जोखणे आणि जोपासणे! तंदुरुस्त राहणे, हे आपले ध्येय असते.

तात्पर्य काय? काहीही करत असताना आपल्याला नेमके काय हवे आहे, काय मिळवायचे आहे, हे आपल्या मनात पक्के व्हायला हवे.

☑ पैसा कमवायचा असतो!

उद्दिष्ट तर स्पष्ट असावेच लागते, ध्येय निश्चित असावेच लागते. मग आता हा प्रश्न महत्त्वाचा ठरतो, तुम्हाला आयुष्यात काय हवंय? तसे म्हटले तर हा प्रश्न अगदी सोपा आहे, कारण त्याचे उत्तर अगदी स्पष्ट असते.

माणसाला आयुष्यात काय हवे असते? तर सगळेच हवे असते. यश हवे, पैसा हवा, प्रसिद्धी हवी, प्रतिष्ठा हवी, सुख हवे. बहुतेकांची हीच यादी असते. काही जण मात्र ही यादी थोडी वाढवतात. ते म्हणतात, आम्हाला आनंद हवा, मनाला शांती हवी, समाधान हवे.

आता गंमत अशी आहे, की आम्हाला आनंद, शांती, समाधान हवे

असे म्हणणारी मंडळी थोडी असतात आणि प्रौढ असतात. थोडक्यात काय? शांती, समाधान या उतारवयातल्या गरजा मानल्या जातात. विद्यार्थ्यांना, तरुणांना मात्र यश आणि वैभवच हवे असते, सुख आणि समृद्धी हवी असते, तेही अगदी स्वाभाविक आहे, कारण जे काही यश मिळवायचे, जो काही पैसा मिळवायचा, जे काही सुख मिळवायचे ते या वयातच कमवावे लागते. छान, उत्तम! तेव्हा आता हे आपण मान्य करूया, की मोठेपणी तुम्हालाही आयुष्यात भरपूर यश मिळवायचे आहे, भरपूर पैसा कमवायचा आहे.

आपण प्रथम पैशांवरच बोलूया. कारण यशाचाही विचार आपण पैशांतच करतो. यश नेहमी पैशांतच मोजतो. तेव्हा मला आयुष्यात मजबूत पैसा हवा, असे तुम्ही न लाजता जाहीर करू शकता. काहीच हरकत नाही, पण मित्रहो पैशांबाबत चार युक्तीच्या गोष्टी तुम्हाला आज सांगायच्या आहेत. पहिली गोष्ट, पैसा हा फक्त मिळवायचा नसतो, तो कमवायचा असतो. इंग्रजीमध्ये 'टू मेक मनी' असा वाक्प्रचार आहे. तो फार अर्थपूर्ण आहे. पैसा तयार करावा लागतो. श्रीमंती ही निर्माण करावी लागते. तुम्ही पैसा किती कमावता, यापेक्षा तुम्ही तो कसा कमावता हे महत्त्वाचे असते. ते तुमच्या कष्टाचे फळ असेल तरच ती खरी तुमची 'कमाई' असते. बघा ना, चोरही पैसा मिळवत असतो, पण ती त्याची नसून दुसऱ्यांची कमाई असते.

भ्रष्टाचार करणारे लोकही पैसा मिळवत असतात, पण तीही त्यांची कमाई नसते, ती त्यांची लबाडी असते. कमाई दुसऱ्यांची असते. जरा विचार करा ना, सगळेच लोक जर चोरी करू लागले, लबाडी करू लागले तर कमाई करणार कोण? पैसा येणार कुठून? तेव्हा हे प्रथम ठरवा, की तुम्ही कसा पैसा कमावणार आहात? मला खात्री आहे, तुम्ही सर्व जण कष्टाने, प्रयत्नाने, बुद्धीने आणि हुशारीनेच पैसा कमावू इच्छिता. फारच छान! पण मित्रहो, हेही लक्षात असू द्या, आपण कधीही पैशाच्या मागे धावायचे नसते, पैसा आपल्या मागे धावत यायला हवा. कसा येईल पैसा? कुठून येईल

पैसा तयार करावा लागतो. श्रीमंती ही निर्माण करावी लागते. तुम्ही पैसा किती कमावता, यापेक्षा तुम्ही तो कसा कमावता हे महत्त्वाचे असते. ते तुमच्या कष्टाचे फळ असेल तरच ती खरी तुमची 'कमाई' असते.

पैसा? काही नाही, तुम्ही तुमचे काम उत्तम करत राहा, प्रामाणिकपणे आणि अगदी मनापासून प्रयत्न करत राहा, पैसा तुमच्याकडे धावत येत राहील.

आता एक सर्वांत महत्त्वाची गोष्ट. मित्रहो, पैसा हे फक्त एक साधन असते, माध्यम असते. तुम्ही म्हणता, मला पैसा हवा, पण हे ध्यानात ठेवा, पैसा आला की तो तुम्हाला हाच प्रश्न करतो, 'मी आलोय, आता बोला तुम्हाला काय हवंय?' पैशाने तुम्ही जे हवे ते विकत घेऊ शकता, पण तुम्हाला नेमके काय हवे, हे काही पैसा ठरवत नसतो. ते तुम्हीच ठरवायचे असते. तुम्हाला समजा बक्षीस म्हणून हजार रुपये मिळाले तर ते तुम्ही मौजमस्तीत उधळू शकता किंवा त्याची छान पुस्तके विकत घेऊ शकता. तेव्हा तुम्हाला आयुष्यात काय हवे आहे, हे तुम्हीच ठरवायचे आहे. ते जितके लवकर ठरवाल, तेवढे उत्तम! आणि होय, हेही लक्षात ठेवा, पैशाने तुम्ही हवे ते मिळवू शकता, पण जगात पैसा फेकला, की सगळे मिळते, हे मात्र खरे नव्हे. मौज अशी आहे, की आयुष्यात जे खूप मोलाचे असते, तेच नेमके पैशांनी विकत घेता येत नसते.

पैशांनी महागडा बेड विकत घेता येतो, पण झोप नाही विकत घेता येत. पैशांनी तुम्हाला सोबत मिळवता येते, मैत्री नाही विकत मिळत. पैसे फेकून प्रसिद्धी, प्रतिष्ठा मिळू शकते, प्रेम नाही मिळत! तेव्हा पैसा जरूर मिळवा, पण पैशांनी सगळे मिळते या भ्रमात मात्र राहू नका.

यश कधीच संपत नसतं..

स्वतःला फुलवायचे कशासाठी? स्वतःला घडवायचे कशासाठी? तर आयुष्यात यशस्वी होण्यासाठी. यश कुणाला नको असते? सर्वांनाच हवे असते, पण गंमत अशी, की यश म्हणजे नेमके काय? याचा पुरेसा विचारच केलेला नसतो आपण. यशाचा संबंधही मुख्यतः पैशांशीच जोडलेला असतो. मित्रहो, पैसा म्हणजे यश नव्हे, ती फार तर यशाची पावती असू शकते.

तुमचे खूप नाव झाले, तुम्हाला प्रसिद्धी मिळाली म्हणजे तुम्ही यशस्वी ठरत नसता. तुम्ही यशस्वी होता म्हणून तुम्हाला प्रसिद्धी मिळते. लोक तुमच्या मुलाखती घेतात. वृत्तपत्रात तुमचे फोटो छापून येतात, पण फोटो छापून येणे हे यश नव्हे. मग यश कशाला म्हणायचे? यशाची काही व्याख्या करता येते का? एक साधी, सोपी व्याख्या अशी करता येईल- आपण जे उद्दिष्ट ठरवलेले असते, ते प्राप्त करणे म्हणजे यश. यश म्हणजे आयुष्यात काही साध्य करायचे ठरवणे आणि ते करून दाखवणे.

तुम्ही डॉक्टर व्हायचे ठरवले असेल तर डॉक्टर होणे हे यश. तुम्ही क्रिकेट खेळणे हे ध्येय ठरवले असेल, तर भारतीय संघात तुमची निवड हे

यश. तुम्ही उद्योजक व्हायचे ठरवले असेल तर स्वतःची कंपनी, स्वतःचा उद्योग सुरू करणे हे तुमचे यश. पण असे एखादे उद्दिष्ट साध्य केले, की तिथेच यश संपते का? नाही संपत, उलट तीच तर सुरुवात असते. समजा तुम्ही डॉक्टर झालात तर ती सुरुवातच असते. पेशंट्स यायला हवेत, तुम्ही चांगले डॉक्टर आहात, असे त्यांना वाटायला हवे, ते सिद्ध व्हायला हवे.

तुमची भारतीय क्रिकेट संघात निवड झाली तरी ती निवड योग्य असल्याचे तुम्हाला दाखवून द्यायला हवे. तुमची जबाबदारी वाढलेली असते. तुम्ही चांगले खेळत राहिलात तरच संघातले तुमचे स्थान टिकून राहते, नाहीतर तुम्हाला डच्चू मिळू शकतो. तुम्ही तुमचा उद्योग, तुमची कंपनी सुरू करता, तो एक टप्पा असतो, ती कंपनी चालू ठेवणे, ती वाढवत नेणे, ही सगळी आव्हाने असतात तुमच्यापुढे. तेव्हा हे नेहमी लक्षात ठेवा, यश कधी संपत नसते. आपण म्हणतो 'यशाचं शिखर' गाठले, पण खरे 'यश' हे शिखर नसते, ती एक सफर असते. कधीही न संपणारी. हेही तितकेच खरे, की यश मिळवणे जितके महत्त्वाचे असते, त्यापेक्षा अधिक महत्त्वाचे असते मिळालेले यश टिकवणे. त्यासाठी सतत प्रयत्न करत राहावे लागतात. सतत नवेनवे शिकत राहावे लागते आणि शिकण्यासारखे जगात खूप काही असतेच.

'रोजचा दिवस हा एक लढा आहे. तुम्ही सकाळी उठता आणि तुम्हाला लढायला निघायचं असतं. काल रात्रीपर्यंत तुम्ही काय केलंत, तुम्ही कोण होतात, किती आणि काय कमावलंत याला काहीच किंमत नसते. रोजचा दिवस नवीन आव्हानं घेऊन येतो, त्यामुळे प्रत्येक सकाळी नव्या जोमानं आपली कौशल्य साफसूफ करून, धार लावून घ्या आणि आपली रोजीरोटी कमवायला निघा.'

शिकणे संपले की प्रगती संपली, विकास संपला. व्यक्तिमत्त्व विकास हवा असेल तर आपण सतत शिकत राहायला हवे. खुद्द अमिताभ बच्चन यांचेच उदाहरण घेऊ. केवढे यश मिळवलंय त्यांनी. ते अगदी यशाच्या शिखरावर पोहोचले आहेत. मादाम तुसाँच्या जगप्रसिद्ध संग्रहालयात त्यांचा पुतळा डौलाने उभा राहिला आहे. आता त्यांना आणखी काय यश मिळवायचे आहे? मग तरीही वयाच्या सत्तरीत ते नव्यानव्या अवघड भूमिका का करत राहतात? दहा-दहा तास शूटिंग का करत राहतात? याचे उत्तर त्यांनी कसे दिले आहे, पाहा. ते म्हणतात, 'रोजचा दिवस हा एक लढा आहे. तुम्ही सकाळी उठता आणि तुम्हाला लढायला निघायचं असतं. काल रात्रीपर्यंत तुम्ही काय केलंत, तुम्ही कोण होतात, किती आणि काय कमावलंत याला काहीच किंमत नसते. रोजचा दिवस नवीन आव्हानं घेऊन येतो, त्यामुळे प्रत्येक सकाळी नव्या जोमानं आपली कौशल्य साफसूफ करून, धार लावून घ्या आणि आपली रोजीरोटी कमवायला निघा.'

साक्षात अमिताभ बच्चन बहात्तराव्या वर्षी रोज सकाळी स्वतःची कौशल्ये साफसूफ करत असतील, त्यांना धार लावत असतील तर तुम्ही आम्ही आळस कसे करू शकतो?

आता आपण यशाच्या खऱ्या व्याख्येचा विचार करूया.

मित्रहो, आपल्या प्रत्येकाच्या अंगी काही गुणवत्ता असते, काही क्षमता असतात. खरे यश म्हणजे या क्षमतांची सर्वोत्तम पातळी गाठणे. तसा प्रयत्न करणे म्हणजे यश. इंग्रजीत सांगायचे तर 'टू ट्राय टू रीच द बेस्ट विदिन यू इज सक्सेस.'

खरे यश हे सर्वस्व ओतण्यात, सर्वोत्तम देण्यात असते. खरेच असे सर्वोत्तम देता येते का? आपल्या क्षमतांची अगदी सर्वोच्च पातळी आपण गाठू शकतो का? तर नाही गाठू शकत. म्हणून तर म्हणतात ना, यश कधी संपत नसते. काल तुम्ही जे काही केलंत त्यापेक्षा निश्चित काही वेगळे, चांगले, उत्तम करू शकताच. बस ते करत राहायचे. याचा अर्थ अगदी सरळ आहे. मित्रहो, तुमची खरी स्पर्धा इतरांशी नसते, स्वतःशीच असते. दुर्दैवाने याचाच आपल्याला विसर पडतो, मग आपण आपले सगळे आयुष्य इतरांशी स्पर्धा करण्यात, त्यांच्याशी तुलना करण्यात घालवतो. त्यातच समाधान मानतो. त्यामुळे आपण वासरात लंगडी गाय ठरतो एवढंच! जरूर इतरांशी स्पर्धा करावी, पण ती स्वतः ची क्षमता वाढवण्यासाठी. ऑलिंपिकमध्ये चुरशीची स्पर्धा होते. नवनवे विक्रम नोंदवले जातात, पण जो असा विक्रम नोंदवतो, त्याचे ध्येय पुढच्या स्पर्धेत स्वतःचा विक्रम मोडणे हेच असते. ऑलिंपिक पदक विजेत्या सायना नेहवाल हिला बॅडमिंटनमधील अव्वल स्थान टिकवण्यासाठी नेहमी चिनी खेळाडूंशी सामना करावा लागतो. त्याविषयी ती म्हणते, ''चायना विरुद्ध सायना या सामन्याबद्दल तर साऱ्यांनाच उत्सुकता असते, पण त्यापेक्षा खूप कठीण असा एक सामना मला सतत करावा लागतो, तो म्हणजे सायना विरुद्ध सायना!''

विसरू नका, तुमची खरी स्पर्धा स्वतःशीच असते.

□

मोठं व्हायचंय मला

मोठे तर सगळ्यांनाच व्हायचे असते. लहान वयात प्रत्येक जण म्हणत असतो, 'मला खूप खूप मोठे व्हायचेय.' आई-वडीलही मुलांनी शिकून मोठे व्हावे, यासाठीच प्रयत्न करत असतात. शिक्षकांना, गुरूंनाही वाटत असते, शिष्याने आपल्यापेक्षा मोठे व्हावे, खूप नाव कमवावे.

सगळेच तर काही मोठे होत नाहीत, नाव कमावत नाहीत. मोठे कोण होते? कशामुळे होते? या प्रश्नाचे उत्तर आपण शोधले तर मोठे होण्याचे रहस्यच आपल्याला गवसेल, नाही का? एक छोटासा, छान किस्सा आहे.

शाळेतले शिक्षक वर्गातल्या विद्यार्थ्यांशी बोलत होते. त्यांनी प्रश्न केला, 'सांगा पाहू, मोठेपणी तुम्हाला कोण व्हावेसे वाटते?' दोन मुलांनी पटकन हात वर केले. एकाने म्हटले, 'मला कवी केशवसुत व्हावेसे वाटते.' दुसरा म्हणाला, 'मला लोकमान्य टिळक व्हावेसे वाटते.' छोटा यशवंत गप्पच बसून होता. शिक्षकांनी त्याला प्रश्न केला, 'यशवंता तू सांग, मोठेपणी तुला कोण व्हावंसं वाटतं?' यशवंत उभा राहिला आणि त्याने म्हटले, 'मला मोठेपणी यशवंतराव चव्हाण व्हावंसं वाटतं.'

सगळ्यांनी आश्चर्याने त्याच्याकडे पाहिले, पण मित्रहो त्या शाळकरी वयातही यशवंताने ठरवले होते, आपण इतर कुणासारखे व्हायचे नाही, आपले आपणच मोठे व्हायचे. मौज म्हणजे पुढे तो यशवंता, खरोखरच यशवंतराव चव्हाण म्हणून प्रसिद्ध झाला. महाराष्ट्राचा मुख्यमंत्री, देशाचा उपपंतप्रधानही झाला.

☑ स्वतःचा कल ओळखा

तुम्हाला मोठे व्हायचंय ना, मग प्रथम स्वतःचा कल ओळखा. तुमची आवड कोणती? तुमच्याकडे कोणती नैसर्गिक क्षमता आहे? कुठले टॅलेंट आहे, हे जाणून घ्या. तुमचा आवाज गोड आहे का? तुम्ही चित्रे चांगली काढता का? की निबंध छान लिहिता?

की गणित सोडवताना खूप मजा येते? जे करताना सर्वांत जास्त आनंद वाटतो, ते तुम्ही मनापासून करता व त्यातूनच तुम्ही मोठे होता.

'एका तळ्यात होती, बदके पिले सुरेख

होते कुरूप वेडे, पिलू तयात एक'

ही कविता तुम्ही ऐकली असेल. त्या कुरूप, वेड्या पिलालाच नंतर कळते, की तो तर राजहंस आहे. तेव्हा कोणी तुम्हाला काही म्हणोत, तुम्हीही एक राजहंस आहात, हे कधीही विसरायचे नाही. गुरुदेव रवींद्रनाथ टागोर किती महान होते? त्यांना तर नोबेल पारितोषिक मिळाले होते, पण शाळेत असताना त्यांना त्या पुस्तकी शिक्षणात रस वाटत नव्हता. एकदा त्यांचे पाठांतर झाले नाही म्हणून त्यांना शिक्षकांची बोलणी खावी लागली, तेव्हा रवींद्राने शिक्षकांना म्हटले, 'टागोरांची मुले नुसत्या पाठांतरापेक्षा काही वेगळं करायला जन्माला आली आहेत.'

मुख्य म्हणजे त्यांनी जे ठणकावून सांगितले, ते प्रत्यक्षात करून दाखवले. ज्यांना शाळेतल्या शिक्षकांची बोलणी खावी लागली होती,

त्यांनीच पुढे जगातले एकमेव असे 'शांतिनिकेतन' उभारले. निसर्गाच्या सहवासातील शिक्षणाचा नवा मार्ग दाखवला.

आपले अतुल कुलकर्णी मराठीतच नव्हे, हिंदी चित्रपटसृष्टीतही एक उत्तम अभिनेते म्हणून ओळखले जातात, पण घरच्यांना वाटत होते, त्यांनी डॉक्टर, इंजिनिअर व्हावे. त्यांनी प्रयत्नही केला, पण बारावी सायन्सला ते पहिल्यांदा नापासच झाले. नंतर इंजिनिअरिंगच्या पहिल्या वर्षालाही एकदा नापास झाले. अखेर त्यांनी आर्टसला प्रवेश घेऊन इंग्रजीत बी.ए. केले, मग दिल्लीच्या ड्रामा स्कूलमध्ये जाऊन अभिनयाचे प्रशिक्षण घेतले. ते म्हणतात, 'आज मी जे काही थोडेबहुत नाव कमावले आहे, ते योग्य क्षेत्रात करिअर केल्यामुळे.' अर्थात फक्त आवड पुरेशी नसते, तुमच्याकडे त्या क्षेत्रासाठी आवश्यक ती क्षमता असावी लागते. तुम्हाला मेहनतही करावी लागते, प्रशिक्षणही घ्यावे लागते.

☑ नक्कल करू नका!

एखाद्या मोठ्या व्यक्तीचा आपल्यावर प्रभाव पडतो व आपणही त्यांच्यासारखे मोठे व्हावे, असे वाटू लागते. हे अगदी स्वाभाविक असते. चांगलेही असते. त्यातूनच आपल्याला मोठे होण्याची प्रेरणा मिळते, पण होते काय? आपण त्यांचे अनुकरण करू लागतो. अनुकरण करता करता आपण मोठ्यांच्या वागण्याबोलण्याचीही नक्कल करू लागतो आणि मोठे होण्याऐवजी हास्यास्पद ठरतो. राजेश खन्नासारखा कुर्ता घातला, त्याच्यासारखी हेअर स्टाइल केली, मान वाकवून डायलॉग म्हटले, म्हणून काही आपण सुपरस्टार होत नसतो.

प्रारंभीच्या काळात थोडेफार अनुकरण करायलाही हरकत नाही. म्हणजे त्यांच्यापासून काही तंत्र, शैली शिकायलाही काही हरकत नाही, पण हळूहळू त्यापेक्षा वेगळे काही करायला हवे. स्वतःची अशी स्टाइल निर्माण करायला हवी. लता मंगेशकर यांच्या गायनावर प्रारंभी नूरजहाँ या गायिकेचा प्रभाव होता. आशा भोसले यांच्या गायनावर गीता दत्त यांची छाप होती.

मुकेश प्रारंभी अगदी सैगल यांच्यासारखे गात. मात्र हे सगळेच त्या पहिल्या प्रभावातून बाहेर पडले आणि त्यांनी स्वतःची अशी शैली निर्माण केली. स्वतः ची खास ओळख निर्माण केली आणि म्हणूनच ते मोठे झाले.

☑ इथे एक छोटा किस्सा सांगण्यासारखा आहे. माधुरी पुरंदरे यांनी खूप छान पुस्तके लिहिली आहेत. त्या गायिकाही आहेत. प्रारंभी माधुरी पुरंदरे ऑर्केस्ट्रामधून गात असत. चित्रपटगीते म्हणत असत. त्या वेळी सगळे म्हणत असत, 'ही अगदी लता मंगेशकरसारखीच गाते.' आता लोक हे कौतुकाने म्हणत, पण ते माधुरीताईंना आवडायचे नाही. अखेर त्यांनी आर्केस्टातून गाणे थांबवले. त्यांनी म्हटले, 'मी जेव्हा माधुरी पुरंदरेसारखे गाऊ शकेन तेव्हाच गाईन.' तसे त्यांनी करूनही दाखवले. अनेक दर्जेदार कार्यक्रमांत, नाट्य प्रयोगांतून स्वतःच्या शैलीत गाऊनच त्यांनी स्वतःची वेगळी ओळख निर्माण केली.

अभिनेते शत्रुघ्न सिन्हा यांना कुणीतरी प्रश्न केला होता, 'शत्रुजी, तुमच्या यशाचं रहस्य काय? नवोदित नटांना तुम्ही कोणता संदेश द्याल?'

शत्रुजींनी असा संदेश दिला आहे 'सबसे बेहतर न बन सको तो कोई बात नही, सबसे अलग बनो!' नाही तुम्हाला सगळ्यांपेक्षा ग्रेट होता आलं तरी बिघडत नाही, तुम्ही इतरांपेक्षा वेगळे तरी नक्कीच होऊ शकता.

☑ 'स्व' जपावा लागतो.

'स्व' म्हणजे काय? स्व म्हणजे 'स्वतः'तला स्व. आपल्या प्रत्येकाकडे हा 'स्व' असतो, 'मी' असतो. आपण नेहमी म्हणतो ना, 'मी असा आहे, मी तसा आहे' हा 'मी' महत्त्वाचा असतो. तोच आपला स्व असतो. जरा सोप्या भाषेत सांगायचे तर प्रत्येक माणूस हा इतरांपेक्षा वेगळा असतो. त्याचे दिसणे, हसणे, त्याचा आवाज, त्याचे वागणे, त्याच्या आवडीनिवडी सगळेच वेगळे असते. म्हणूनच आपण म्हणतो ना, व्यक्ती तितक्या प्रकृती. जगात अब्जावधी माणसे आहेत, पण कुठलाही एक माणूस अगदी 'सेम'

आपला हा 'स्व' जपायचा असतो. आपण इतरांसारखे व्हायचा प्रयत्न करतो, त्याचे अनुकरण करू लागतो तेव्हा आपण स्वतःमधल्या 'स्व'लाच हरवून बसतो. अर्थात 'स्व' किंवा 'मी' म्हणजे मीपणा किंवा अहंकार नव्हे, तर स्वतःविषयीचा योग्य तो अभिमान. स्वाभिमान तर हवाच, आत्मविश्वासही हवाच.

दुसऱ्यासारखा नसतो. अगदी जुळे भाऊही सारखे दिसत असले तरी स्वभावाने खूप वेगळे असतात. आपले हे वेगळेपण ओळखायचे असते, टिकवायचे असते. आपला हा 'स्व' जपायचा असतो. आपण इतरांसारखे व्हायचा प्रयत्न करतो, त्याचे अनुकरण करू लागतो तेव्हा आपण स्वतःमधल्या 'स्व'लाच हरवून बसतो. अर्थात 'स्व' किंवा 'मी' म्हणजे मीपणा किंवा अहंकार नव्हे, तर स्वतःविषयीचा योग्य तो अभिमान. स्वाभिमान तर हवाच, आत्मविश्वासही हवाच.

एक कायम लक्षात ठेवा, कुणाचीही कॉपी करू नका, कारण ओरिजिनल ते ओरिजनल. ते कितीही ग्रेट असले तरी त्याच्या झेरॉक्स कॉपीज कुणालाही नको असतात. दिलीपकुमार कितीही ग्रेट असले तरी लोकांना दुसरे दिलीपकुमार नको असतात. अमिताभ बच्चन हवे असतात. सचिन तेंडुलकर कितीही महान असला तरी लोकांना दुसरा सचिन नको असतो. वीरेंद्र सेहवाग, विराट कोहली हवा असतो.

मित्रहो, तुम्हीही असेच ओरिजिनल मोठे व्हा!

□

आनंदाचं बोट सोडू नका

यश कुणाला नको असते, प्रत्येकाला ते हवे असते. पण सांगा बरं, यश का हवे असते? कदाचित या प्रश्नाचे उत्तर तुम्हाला चटकन देता यायचे नाही. मग त्यापेक्षा एक सोपा प्रश्न आहे. तुम्हाला यश मिळते तेव्हा नक्की काय होते? या प्रश्नाचं उत्तर तर अगदी सरळ आहे-तुम्हाला आनंद होतो. तुम्हालाच काय, तुमच्या मित्रांना, तुमच्या पालकांना, तुमच्या शिक्षकांना... सगळ्यांनाच आनंद होतो. मग यश महत्त्वाचं की आनंद महत्त्वाचा? कल्पना करा तुम्हाला यश मिळते, पण मनातून आनंद नाही झाला, तर काय उपयोग त्या यशाचा? तुम्ही म्हणाल असे कसे होईल? असे अनेक कारणांनी होऊ शकते. समजा एखाद्या परीक्षेत तुम्हाला यश मिळालेय, पण ते तुम्ही जर कॉपी करून मिळवले असेल तर? तर त्याचा मनापासून आनंद नाही होत तुम्हाला, कारण तुम्हाला माहीत असते हे यश खरे नव्हे, या यशावर आपला हक्क नाहीये. आणखी एक उदाहरण घेऊ. समजा दोन मित्र आहेत. ते दोघे मिळून एखादा उद्योग सुरू करतात. त्यातील एकाला पैशांचे व्यवहार फारसे समजत नसतात, त्यामुळे तो त्यात फार लक्ष घालत नाही. त्याचा फायदा

घेऊन दुसरा मित्र त्याला फसवतो आणि सगळा फायदा स्वतःच लाटतो. कंपनी स्वतःच्या नावावर करून घेतो. अशा प्रकारे मिळवलेल्या पैशांचा खरंच आनंद होईल का?

काही वेळा असेही होऊ शकते, की एखादी व्यक्ती अगदी कष्टाने, प्रामाणिकपणाने पैसा कमावते. त्यासाठी दिवसरात्र मेहनत करते, पण त्यामुळे ती व्यक्ती कुटुंबाकडे दुर्लक्ष करते, तिला कुणी मित्रही राहिलेले नसतात. रात्रंदिवस फक्त काम, काम आणि काम. पैसा, पैसा आणि पैसा. पण त्या पैशांचा, त्या यशाचा आनंद साजरा करायला कुणीच नाही! तेव्हा हे मनाशी पक्कं असू द्या. 'आयुष्यात काय हवे' याचे खरे उत्तर-आनंद हवा, समाधान हवे हाच आहे. सचिन तेंडुलकर हा तर सर्वांत यशस्वी आहे. तो स्वतः यश कशाला मानतो, हे समजून द्यायला हवे. तो म्हणतो जेव्हा आपण एक ध्येय मनाशी धरून, ते साध्य करण्यासाठी, अभ्यासपूर्वक योजना आखून जिवापाड मेहनत करतो, मग काही काळानंतर काहीतरी साध्य केल्याचं जाणवते, अशा वेळी मिळणारे समाधान ही सर्वांत मोठी पावती असते. या प्रवासात आपण समोरच्यांना किती समाधान दिले हेही महत्त्वाचे असते, केवळ तुम्हाला समाधान मिळून त्या यशाला पूर्णत्व येत नाही. तुमच्या यशाचे समाधान दुसऱ्यालाही त्याच तीव्रतेने वाटते, तो क्षण म्हणजे यश.'

सचिन स्वतःचे व इतरांचे समाधान, हेच 'यश' मानतो. सर्वांत यशस्वी माणसे जेव्हा आनंद आणि समाधान हे महत्त्वाचे असते असे सांगतात, तेव्हा त्याला निश्चित काही अर्थ असतो.

☑ आनंदाकडून यशाकडे

खरे तर यश हवे की आनंद हवा हा तिढा नाहीच. सचिनलाच विचारा ना 'तुझ्या यशाचे रहस्य काय?' तो हेच उत्तर देतो, 'आय एन्जॉय प्लेइंग क्रिकेट.' लिॲन्डर पेसलाही काही तरुण खेळाडूंनी 'यश मिळवण्यासाठी काय करावे' हा प्रश्न विचारला तेव्हा त्याने हाच सल्ला दिला, 'खेळताना मनापासून खेळा,

भरभरून आनंद घेत रहा. यश हे आपोआप येत जाईल.'

'आनंद हीच तर यशाची पहिली पायरी होय.' आपल्याला ज्यात आनंद वाटतो ते काम, ते क्षेत्र निवडावे. जे करायचे ते मनापासून करायचे, हेच यशाचे गमक आहे. याचा अर्थ यशासाठी कष्ट करावेच लागत नाहीत असे नाही, पण मौज अशी की तुम्ही आनंद घेऊ लागला की कष्ट जाणवतच नाहीत. सचिन जेव्हा पॅड, ग्लोव्हज, हेल्मेट घालून वजनदार बॅट घेऊन रणरणत्या उन्हात तासन्‌तास खेळत असतो, घाम गाळत असतो, एकेका धावेसाठी पळत असतो, तेव्हा त्याला कष्ट होत नसतात का? नक्कीच होत असतात, पण त्याहीपेक्षा जास्त त्याला, खेळण्यातला व धावा करण्यातला आनंद होत असतो. तो आनंदच त्याला प्रेरित करतो, उत्साहित करतो आणि यशाकडे घेऊन जातो.

मुख्य मुद्दा 'आनंद' महत्त्वाचा आहे, हाच आहे.

तुम्ही खूप यशस्वी असाल आणि आनंदी नसाल तर त्या यशाला काय अर्थ आहे? मला एक खूप प्रसिद्ध डॉक्टर भेटले होते. त्यांना त्यांच्या कामगिरीबद्दल जीवन गौरव पुरस्कार मिळाला होता. मी त्यांचे अभिनंदन केले तेव्हा त्यांच्या डोळ्यांत किंचित पाणी तरळलेले पाहिले. मला आश्चर्य वाटले. 'तुम्हाला आनंद नाही, का झाला?' असा प्रश्न केला. ते उत्तरले, 'खरं सांगू, मला खरंतर ॲक्टर व्हायचं होतं, पण केवळ वडिलांची इच्छा

जेव्हा आपण एक ध्येय मनाशी धरून, ते साध्य करण्यासाठी, अभ्यासपूर्वक योजना आखून जिवापाड मेहनत करतो, मग काही काळानंतर काहीतरी साध्य केल्याचं जाणवते, अशा वेळी मिळणारे समाधान ही सर्वांत मोठी पावती असते. या प्रवासात आपण समोरच्यांना किती समाधान दिले हेही महत्त्वाचे असते, केवळ तुम्हाला समाधान मिळून त्या यशाला पूर्णत्व येत नाही. तुमच्या यशाचे समाधान दुसऱ्यालाही त्याच तीव्रतेने वाटते, तो क्षण म्हणजे यश.'

म्हणून डॉक्टर झालो. कितीही यशस्वी झालो, कितीही पैसा कमवला तरी मी ॲक्टर होऊ शकलो नाही, ही खंत नेहमीच वाटत राहते व मन दुःखी होते.' जगाच्या दृष्टीने तुम्ही खूप यशस्वी असाल, पण स्वतः तुम्हीच मनात आनंदी नसाल तर काय मौज आहे?

'आनंद' महत्त्वाचा का? मित्रहो, आनंदाशिवाय आपण जगू शकत नाही. आनंद हाच तर जीवनाचा आधार असतो. म्हणूनच तो मिळवणे हे आपले पहिले कर्तव्य असते. प्रसिद्ध अभिनेता अतुल कुलकर्णी म्हणतो, 'कुठलीही भूमिका स्वीकारताना, मी नेहमी एक विचार करतो, तो म्हणजे हे काम करताना मला आनंद मिळणार आहे का? मला छान वाटणार आहे का?'

मित्रहो, हवे तेवढे यश मिळवा, हवा तेवढा पैसा कमवा, मात्र आयुष्यात कधीही आनंदाचे बोट सोडू नका. शेवटी आनंद हीच यशाची अंतिम कसोटी असते, हे विसरू नका.

□

तुम्ही कसे आहात?

तुम्हाला जर अचानक कोणी प्रश्न केला की, 'सांगा बरं, तुम्ही कसे आहात?' तर तुम्ही गोंधळून जाल. काय उत्तर द्यायचे या प्रश्नाचे? कारण या एकाच प्रश्नाची कितीतरी उत्तरे असू शकतात. 'मी मराठी आहे, मी सावळा आहे, मी उंच आहे, मी हुशार आहे, मी धीट आहे, मी धांदरट आहे, मी जरा रागीट आहे.' या प्रश्नाची एवढी भारंभार उत्तरे असतील, तर मग प्रश्न आहे, की 'मी नक्की कसा आहे?' आणि याचे उत्तर असे की तुम्ही या सगळ्याचे 'मिश्रण' आहात! यालाच तर 'व्यक्तिमत्त्व' असे म्हटले जाते.

'व्यक्ती तितक्या प्रकृती' त्याचप्रमाणे 'व्यक्ती तितकी व्यक्तिमत्त्वे' असेही म्हणता येईल. प्रत्येकाचे व्यक्तिमत्त्व वेगळे असते. आपण स्वतःला घडवायचे कसे याचा विचार करत आहोत, म्हणजेच आपले व्यक्तिमत्त्व घडवायचे कसे, हेच बघत आहोत. ते फुलवायचे कसे हे समजून घेत आहोत. यालाच तर 'व्यक्तिमत्त्व विकास' म्हटले जाते. आता जे फुलवायचे, ज्याचा विकास करायचा, ते 'व्यक्तिमत्त्व' म्हणजे नेमके काय, हे तर पाहायला हवे.

आपण म्हणतो, 'हे झाड आहे.' झाड म्हणजे काय? तर त्याची मुळे, त्याचे खोड, त्याच्या फांद्या, त्यावरची पानं, फुलं, फळं... हे सारे मिळून 'झाड' होत असते. आपले व्यक्तिमत्त्व हेसुद्धा अनेक गोष्टींनी बनत असते. व्यक्तिमत्त्वाचे अनेक घटक असतात, पैलू असतात. आपले रंगरूप, आपली प्रकृती, आपला स्वभाव, आपले विचार, आपल्या सवयी, आपले वागणे-बोलणे, आपल्या आवडी-निवडी... हे सारे एकजीव होऊन जे रसायन बनते, त्यालाच 'व्यक्तिमत्त्व' असे म्हटले जाते.

प्रत्येक व्यक्तीचे वर्तन, त्याचे गुणधर्म, त्याची लक्षणे ही वेगळी असतात. प्रत्येक व्यक्तीत बरेवाईट दोन्ही 'गुण' असतात.

☑ व्यक्तिमत्त्व बनते कसे?

एखाद्याचे व्यक्तिमत्त्व कसे घडते? कशामुळे ते तसे घडते? एखादा माणूस 'असा' का असतो, या प्रश्नाचीही अनेक उत्तरे असतात.

आपल्या सगळ्यांमध्येच जन्मतः काही गोष्टी असतात. आई-वडिलांच्या रंग-रूपाचा आपल्या बाह्यरूपावर परिणाम असतो, पण अनेकदा आपल्या 'प्रकृती'वरही तो परिणाम दिसतो. आई-वडिलांचे काही गुण, त्यांच्या स्वभावाची काही वैशिष्ट्येही आपण जन्मतःच 'उचलत' असतो. नंतर प्रभाव पडतो तो वातावरणाचा, संस्कारांचा. चांगल्या संस्कारात वाढलेली मुले आणि झोपडपट्टीत वाढलेली मुले ही दोन्ही जन्मतः चांगलीच असतात, पण त्यांची भाषा वेगळी होते, त्यांचे वागणे वेगळे असते. आणखीही काही गोष्टी असतात, घटक असतात. असे म्हणतात, मारवाडी समाजातील मुले व्यापारात चटकन तरबेज होतात, मराठी समाजातील मुले शिक्षण, नोकरी महत्त्वाची मानतात, शीख समाजातील मुले धाडसी होतात वगैरे.

शिवाय परिस्थितीचा परिणाम असतोच. गरीब कुटुंबात वाढणाऱ्या मुलांना कष्ट अंगवळणी पडतात, तसे श्रीमंत कुटुंबात वाढणाऱ्यांच्या बाबतीत कसे होईल? न्यूयॉर्कमध्ये जन्मलेली, वाढलेली मुलं स्वतःच्या विचारांची

आपण म्हणतो, 'हे झाड आहे.' झाड म्हणजे काय? तर त्याची मुळे, त्याचे खोड, त्याच्या फांद्या, त्यावरची पानं, फुलं, फळं... हे सारे मिळून 'झाड' होत असते. आपले व्यक्तिमत्त्व हेसुद्धा अनेक गोष्टींनी बनत असते. व्यक्तिमत्त्वाचे अनेक घटक असतात, पैलू असतात. आपले रंगरूप, आपली प्रकृती, आपला स्वभाव, आपले विचार, आपल्या सवयी, आपले वागणे-बोलणे, आपल्या आवडी-निवडी... हे सारे एकजीव होऊन जे रसायन बनते, त्यालाच 'व्यक्तिमत्त्व' असे म्हटले जाते.

असू शकतात, तर पंढरपूरमध्ये वाढलेली मुलं धार्मिक असू शकतात. यातील 'शकतात' हा शब्द महत्त्वाचा आहे. त्याहीपेक्षा महत्त्वाचे, सगळीच मुले तशी होतात असे नाही. म्हणजे या सगळ्या कारणांमुळे जे काही आपले व्यक्तिमत्त्व बनते, तेच कायम राहते असे अजिबात नाही. आपण आपले व्यक्तिमत्त्व बदलूही शकतो. कसे ते आपण पुढे पाहणारच आहोत, पण त्याअगोदर व्यक्तिमत्त्वाचे प्रकार समजून घेऊया.

☑ व्यक्तिमत्त्वाचे प्रकार

खरेतर 'व्यक्तिमत्त्वा'च्या नाना तऱ्हा असतात. त्याचे असंख्य पैलू, अनेकानेक छटा असतात. तरीही साधारणपणे व्यक्तिमत्त्वाचे हे चार प्रकार असतात, म्हणजेच माणसे ही अशी चार प्रकारांची असतात. माणूस विचार कसा करतो? वागतो/बोलतो कसा? यावरून त्याचा 'प्रकार' ठरवता येतो. म्हणजे त्याच्या व्यक्तिमत्त्वाचा.

- **आग्रही/ठाम व्यक्तिमत्त्व :**

  या मंडळींचे विचार, त्यांच्या कल्पना अतिशय स्पष्ट असतात, त्यामुळे ते सहसा गोंधळत नाहीत. स्वतःला काय वाटते, ते सांगताना ही मंडळी कचरत नाहीत, पण इतरांचेही विचार ऐकून घेतात. त्याचे ध्येय ठरलेले असते व त्यासाठी ते प्रयत्न करत असतात. ते सतत स्वतःला फुलवण्याच्या प्रयत्नात असतात.

- **आक्रमक व्यक्तिमत्त्व :**

  ही मंडळी नेहमी 'मी म्हणेन तेच खरे' असे वागत असतात. आपली मते दुसऱ्यांवर लादत राहतात. इतरांच्या भावनांचा विचारच करत नाहीत. काहीशी बेफिकीर व बेजबाबदारपणे वागतात.

- **तटस्थ व्यक्तिमत्त्व :**

  ही मंडळी कधीच उत्साही नसतात. त्यांना कशातच खास असा रस नसतो. अतिशय रुक्ष व अरसिक अशी असतात.

- **भिडस्त व्यक्तिमत्त्व :**

  ही मंडळी सदैव बिचकून राहतात. 'आपलं काही चुकत तर नाही ना?' याचीच चिंता करत बसतात. स्वतःपेक्षा इतरांना काय वाटते, हाच विचार करतात, दिलखुलासपणे जगत नाहीत.

आता सांगा, तुम्ही या चारपैकी कोणत्या प्रकारात मोडता? स्वतःशीच प्रामाणिकपणाने विचार करा-तुम्ही कसे आहात? तटस्थ आहात का? भिडस्त आहात का? की आक्रमक आहात? हरकत नाही. प्रथम तुम्ही असे आहात हे मान्य करा आणि मग बदल कसे करायचे, हे समजून घ्या. तेच आपण करणार आहोत.

□

तुम्ही बदलू शकता

‘मी खूप भित्रा आहे. भाषण करायचं म्हटलं, की माझी छाती धडधडायला लागते,’ एक मुलगा मला सांगत होता. मी त्याला म्हटले, ‘तू भित्रा आहेस हे कबूल, पण म्हणून तू कायम भित्राच राहिलं पाहिजेस असं थोडंच आहे?’ ‘तू धीट होऊ शकतोस. भाषणही करू शकतोस.’

‘‘खरंच का?’’ त्या मुलाने विचारले.

‘‘अगदी खरं,’’ मी त्याला म्हटले, ‘‘लहानपणी लोकांसमोर उभं राहायला मीही घाबरत होतोच की, आज बघ मी कशी भाषणं ठोकत असतो ते!’’

बदलू शकतोच की आपण. बदल करता येतो आणि तो करावाही लागतोच. बदल म्हणजेच विकास, नाही का? कळी ही कळी थोडीच राहते. ती वाढते, फुलते. तिचं फूल होतं. तो बदलच तर असतो! आहे तसंच राहणं याला विकास कसं म्हणता येईल?

बदल होतो तेव्हाच प्रगती होते, विकास होतो.

मात्र त्यासाठी योग्य दिशेने व योग्य तो बदल करावा लागतो, बदल नेमका करायचा कसा?

बदलाचे तीन टप्पे असतात, तीन पायऱ्या असतात.

एक : बदल करायला हवा, तो आवश्यक आहे हे समजणं.

दोन : तो बदल करण्यासाठी स्वतःची 'तयारी' करणं.

तीन : योग्य दिशेनं प्रयत्न करणं.

सोपं आहे की नाही?

नाही मित्रहो, हे वाटतं तितकं सोपं नाही. या तिन्ही 'टप्प्यां'वर आपले घोळ असतात. पहिली गोष्ट म्हणजे आपले स्वतःविषयीचे गोडगोड असे गैरसमज असतात. आपल्याला वाटत असतं, मी किती चांगला आहे? मी किती परफेक्ट आहे. माझं कधीच चुकत नाही. छे, छे, मी कधीच विनाकारण भांडत नाही. अहो, मी तर नेहमीच सर्वांशी छान वागतो, सगळ्यांना मदत करतो. म्हणून तर मी सर्वांना आवडतो. विचारा वाटल्यास कुणालाही. आता तुम्हीच सांगा, असं ज्याला वाटतंय, तो स्वतःत बदल कसा करणार? प्रथम हे गोड गैरसमज दूर करायला हवेत.

'मी परफेक्ट आहे' म्हणे. अरे, तुम्हीच काय जगात परिपूर्ण, सर्वगुणसंपन्न असं कुणीच नसते.

तेव्हा सर्वप्रथम प्रामाणिकपणे 'आत्मपरीक्षण' करा. म्हणजे काय, तर स्वतःमधले गुण ओळखा, तसेच दोषही ओळखा, स्वतःच्या क्षमता जाणून घ्या, तशाच कमतरताही समजून घ्या. घरच्यांना, मित्रमैत्रिणींना विचारा, 'माझं काही चुकतं का? माझ्या वागण्याचा तुम्हाला काही त्रास होतो का? कुठल्या वागण्याचा?' आपण कधी कधी चुकत असतो, हे मान्य करणं हे आपल्याच भल्याचं असतं. कारण त्या चुका आपण सुधारू शकतो. तसं न करता, त्याच चुका करत राहणं यात शहाणपण ते कोणतं? तुमच्या

'मीच का बदलायचं?' या प्रश्नाचं एक सोपं उत्तर म्हणजे ते आपल्याच भल्याचं असतं म्हणून! आपल्याला स्वतःचं नुकसान टाळायचं असेल, स्वतःचं हित साधायचं असेल, माणसं तोडायची नसतील, स्वतःचा विकास व उत्कर्ष हवा असेल तर स्वतःत बदल करण्याची तयारी हवी.

ध्यानात येतंय का? बदलाच्या मार्गातील सर्वात मोठा अडथळा आपला स्वतःचाच असतो. म्हणजे आपल्या स्वतःबद्दलच्या गैरसमजांचा. आपल्या अहंकाराचा.

☑ मीच का बदलायचं?

आपण स्वतःमध्ये बदल करायला सहजपणे तयार होत नाही, कारण आपल्याला वाटत असतं मीच का बदलायचं? इतरांनी का बदलू नये? मीच काय बदलण्याचा ठेका घेतलाय का? मित्रहो, 'मीच का बदलायचं' या प्रश्नाचं उत्तर अगदी साधं, सोपं आहे. तेवढंच तर आपल्या हातात असतं. आपण इतरांना बदलू शकतो का? अर्थातच नाही. ज्यानं-त्यानं स्वतःच बदलायचं असतं. याचाच अर्थ आपण (जर ठरवलं तर) स्वतःला मात्र निश्चित बदलू शकतो आणि गंमत अशी, की आपण स्वतः बदलू लागलो, की हळूहळू इतरही बदलू लागतात. 'अरे'ला 'कारे' केलं की भांडणं होतात, 'अरे'ला 'का बुवा' म्हटलं तर भांडण मिटू शकतं. 'तुम्ही बदला- जग बदलेल' असं म्हणतात, ते उगाच नव्हे.

'मीच का बदलायचं?' या प्रश्नाचं एक सोपं उत्तर म्हणजे ते आपल्याच भल्याचं असतं म्हणून! आपल्याला स्वतःचं नुकसान टाळायचं असेल, स्वतःचं हित साधायचं असेल, माणसं तोडायची नसतील, स्वतःचा विकास व उत्कर्ष हवा असेल तर स्वतःत बदल करण्याची तयारी हवी.

☑ स्वभावाला औषध असतं

सगळं सोपं असतं, पण आपला स्वभाव बदलणं सोपं नसतं. म्हणतात ना, 'सुंभ जळाला तरी पीळ कायम आहे.' आपला स्वभाव म्हणजे जणू काही आपल्या व्यक्तिमत्त्वाला पडलेला 'पीळ' असतो. आपला स्वभाव हीच आपण आपली 'ओळख' बनवलेली असते. मग ती 'ओळख' आपण जपत राहतो. 'तुम्हाला माहितीय ना, मी फटकळ आहे. मग माझ्या वाटेला जाऊ नका,' असा आपला हेका असतो. हे खरं आहे, स्वभाव बदलणं सोपं नसतं, अवघडच असतं, पण तरीही ते अशक्य नसतं. प्रयत्न केले तर तेही शक्य असतं. 'प्रयत्ने वाळूचे कण रगडिता तेलही गळे,' म्हणतात. तुम्हीच सांगा, वाळूतून तेल गळू शकते तर आपण आपला स्वभाव बदलू शकणार नाही का?

खरं सांगायचं तर, आपला स्वभाव हा वयोमानानुसार परिस्थितीनुसार थोडाथोडा बदलत असतोच. प्रयत्न केला तर तो आपण जरा लवकरही बदलू शकतो. सिनेअभिनेत्री रेखा प्रथम खूप जाडजूड होती. थोडी बेढबही, शिवाय ती काहीशी बेफिकीरही होती, पण नंतर तिनं स्वतःला प्रयत्नपूर्वक बदललं. व्यायाम, डाएटिंग, योगाभ्यास या साऱ्या गोष्टींनी ती कमालीची बदलली. ती कामात म्हणजे अभिनयात अधिक लक्ष देऊ लागली, नंतरच ती एक उत्तम अभिनेत्री व सौंदर्यसम्राज्ञी मानली जाऊ लागली.

मित्रहो, वाल्या कोळी लुटारू होता. त्यानंच पुढे वाल्मीकी होऊन 'रामायण' हा अजरामर ग्रंथ लिहिला. वाल्याचा वाल्मीकी होऊ शकतो, तर जगात कुणीही, अक्षरशः कुणीही बदलू शकतो. तुम्ही तर बदलू शकताच.

□

अष्टपैलू व्हा

'व्यक्तिमत्त्व विकास' ही एक सुंदर कल्पना आहे. विकास म्हणजे फुलणे. सर्व बाजूंनी फुलणे म्हणजे 'सर्वांगीण विकास' असेही म्हणता येईल. मुळात 'विकास' साधायचा म्हणजे काय? तर आपल्या ज्या क्षमता असतात. त्या ओळखायच्या आणि फुलवायच्या, पण मौज अशी, की अनेकदा आपल्याकडे किती आणि कसल्या क्षमता आहेत, याची आपल्यालाच कल्पना नसते. आपण मानतो, त्यापेक्षा कैकपटीने अधिक अशा क्षमता आपल्या अंगी असतात. त्या आपण वापरत नसल्याने पडून असतात. त्यांनाच सुप्त क्षमता म्हणतात. काही वेळा आपल्याला अचानक त्यांचा शोध लागतो.

माझा एक मित्र सहज गंमत म्हणून त्याच्या कॉलेजमधल्या नाटकाच्या तालमींना जात असे. स्टेजवरचं सामान हलवणे, लाइटिंगमध्ये मदत करणे ही कामे तो करत असे. त्याने कधीही ॲक्टिंग केलेली नव्हती. झाले काय, ऐन स्पर्धेच्या दिवशी एक कलाकार आजारी पडला. आयत्या वेळी दुसरा कलाकार कुठून आणणार? सरांनी माझ्या मित्राला म्हटले, ''तुझं सगळं

नाटक पाठ आहे, तू तालमी पाहिल्या आहेस. तू त्या मुलाचं काम करशील का?'' मित्र प्रथम घाबरलाच, पण त्याने 'नाही' म्हटले, तर प्रयोग रद्दच करावा लागणार. अखेर मित्राने ते काम केले आणि चांगले केले. त्यामुळेच त्याला कळले, 'अरे आपण अभिनय करू शकतो.' गंमत अशी की पुढच्या वर्षी त्यांना स्पर्धेसाठी चांगली एकांकिका मिळाली नाही, तेव्हा गंमत म्हणून मित्राने स्वतःच एकांकिका लिहिली व सादर केली. त्या एकांकिकेला बक्षीस मिळाले. मित्राला वाटले, 'अरे, आपण तर लिहूपण शकतो.'

आहे की नाही मौज! अडचण आली नसती, संधी मिळाली नसती तर मित्राकडे असलेले गुण उजेडात आलेच नसते. हे असे होऊ शकते, म्हणूनच आपण अशी एखादी संधी मिळाली तर सोडायची नसते. एक आव्हान म्हणून ती स्वीकारायची असते. प्रयत्न करून पाहायला काय हरकत आहे?

☑ सगळेच हुशार असतात.

असे कसे? तुम्ही म्हणाल सगळेच कुठे हुशार असतात? तसे असेल तर सगळ्यांचाच पहिला नंबर नाही का येणार? मित्रहो, आपण फक्त अभ्यासातल्या, परीक्षेतल्या हुशारीबद्दल नाही बोलत.

सचिन तेंडुलकर तर कॉलेजला गेलाच नाही. शाळेत तर त्याला 'मार्क्स' कसे पडायचे कुणाला माहीत आहे, पण तो हुशार आहे की नाही? हुशार नसता तर त्याने एवढे विक्रम केले असते का? अवघ्या चाळिसाव्या वर्षी त्याला 'भारतरत्न' हा सर्वोच्च सन्मान मिळाला असता का? तो प्रचंड हुशार होता, त्याच्याकडेही अफाट बुद्धिमत्ता होती, फक्त ती जरा वेगळ्या प्रकारची होती. गार्डनर यांनी असा शोध लावला आहे, की बुद्धिमत्ता 'बहुविध' असतात. भाषिक बुद्धिमत्ता, गणिती बुद्धिमत्ता, शरीरस्नायूविषयक बुद्धिमत्ता, सांगीतिक बुद्धिमत्ता, निसर्गविषयक बुद्धिमत्ता, इ. थोडक्यात काय, यातली कुठली ना कुठली 'क्षमता' तुमच्याकडे असतेच. शिवाय एकाहून अधिक अशाही क्षमता तुमच्याकडे असू शकतात, पण आपण करतो

गार्डनर यांनी असा शोध लावला आहे, की बुद्धिमत्ता 'बहुविध' असतात. भाषिक बुद्धिमत्ता, गणिती बुद्धिमत्ता, शरीरस्नायूविषयक बुद्धिमत्ता, सांगीतिक बुद्धिमत्ता, निसर्गविषयक बुद्धिमत्ता, इ. थोडक्यात काय, यातली कुठली ना कुठली 'क्षमता' तुमच्याकडे असतेच. शिवाय एकाहून अधिक अशाही क्षमता तुमच्याकडे असू शकतात.

काय? फक्त परीक्षेतल्या मार्कांचा विचार करतो आणि मुख्यतः फक्त स्मरणशक्ती वापरतो. बाकीच्या आपल्या क्षमता या विनावापराच्या पडून राहतात, वाया जातात.

निसर्गाने आपल्याला बहाल केलेल्या इतक्या सुंदर सुंदर क्षमता वाया जाऊ देणे, हा गुन्हाच आहे. आपल्या जास्तीत जास्त क्षमतांचा जास्तीत जास्त वापर करणे, हे माणूस म्हणून आपले कर्तव्य आहे, हे विसरू नका.

☑ अष्टपैलू कोण?

क्रिकेटच्या संघात अकरा खेळाडू असतात. त्यातील काही उत्तम फलंदाज असतात, तर काही उत्तम गोलंदाज असतात. मात्र, काही खेळाडू 'ऑलराऊंडर'ही असतात. अर्थात ते फलंदाजी व गोलंदाजी दोन्हींत तरबेज असतात व बहुधा क्षेत्ररक्षणातही चपळ, कुशल असतात. काही खेळाडूंमध्ये 'कॅप्टन' होण्यासाठी आवश्यक असेही गुण असतात. अशा खेळाडूंना 'अष्टपैलू खेळाडू' म्हटले जाते.

'कपिल देव' हा एक सर्वोत्कृष्ट अष्टपैलू खेळाडू मानला जातो.

व्यक्तिमत्त्वालाही असे विविध पैलू असतात.या पैलूंचा वापर करून तुम्ही नवनवी कौशल्ये शिकू शकता व विविध क्षेत्रांत यश मिळवू शकता.

'मला हे एवढंच येतं, मी हे एवढंच करू शकतो,' असे म्हटले तर आपले व्यक्तिमत्त्व फुलणार कसे?

आचार्य अत्रे हे एक प्रचंड व्यक्तिमत्त्व होते. त्यांच्या व्यक्तिमत्त्वाला असंख्य पैलू होते. अत्रेसाहेबांनी काय नाही केले? त्यांनी प्रचंड यशस्वी नाटके लिहिली, चित्रपट काढले, वृत्तपत्रे काढली, शिक्षणसंस्था उभी केली, संयुक्त महाराष्ट्र चळवळीचे नेतृत्व केले. त्यांचे वक्तृत्व तर अक्षरशः घणाघाती होते.

पु. ल. देशपांडेही फक्त लेखक नव्हते, त्यांनी नाटक/ चित्रपटाचे दिग्दर्शन केले, संगीत दिले, स्वतः अभिनय केला, एकपात्री प्रयोग केले.

हे दोघे इतके मोठे, इतके यशस्वी कसे झाले? उत्तर एकच. त्यांनी स्वतः मधली कुठलीही क्षमता वाया जाऊ दिली नाही. सर्व पैलूंचा वापर केला, म्हणूनच ते 'अष्टपैलू' ठरले.

शाळेत शिकत असताना परीक्षेचा अभ्यास तर तुम्हाला करावाच लागेल, पण तो करत असतानाच कुठला खेळ तुम्ही चांगला खेळू शकता, कुठली कला तुम्हाला येते, इकडेही ध्यान द्या. मुख्य म्हणजे आयुष्यात पुढेही केवळ नोकरी/ व्यवसायांमध्ये गुंतून जाऊन तुमच्याकडच्या कलागुणांकडे दुर्लक्ष करू नका. तेही जपा आणि फुलवा.

□

विचार करा... सकारात्मक

स्वतःला फुलवणं, घडवणं म्हणजेच स्वतःमध्ये योग्य ते व योग्य दिशेने बदल घडवणं. मनात आणलं तर आपण स्वतःला बदलू शकतो, स्वतःला अष्टपैलू बनवू शकतो. अर्थात त्यासाठी प्रथम आपले विचार, आपली विचार करण्याची पद्धत बदलायला हवी. तिलाच दृष्टी किंवा वृत्ती असं म्हणतात. तुम्ही 'शुभ बोल नाऱ्या' ही म्हण ऐकली असेल. हा 'नाऱ्या' जो असतो तो सारखं काहीतरी अशुभ बोलणारा असतो. ती त्याची खोडच असते. म्हणजे आकाशात विजा चमकू लागल्या की हा म्हणणार, 'बाप रे आता कुठेतरी वीज पडणार. कुणाच्या अंगावर पडली तर तो मरणार!'

आता खरं तर वीज काही सारखी पडत नसते. पण 'नाऱ्या'ची जीभ मात्र सारखी वाईट तेच बोलत असते. 'नाऱ्या'च्या या विचारांना नकारात्मक विचार म्हणतात. नकारात्मक विचार, म्हणजेच त्या वृत्तीनं विचार करणारी मंडळी सतत 'नन्नाचा पाढा' वाचत असतात. 'हे होणारच नाही,' 'ते जमणारच नाही' असं म्हणणाऱ्या मंडळींचं आयुष्यात भलं कसं होणार? त्यांना काय जमणार? ते काय कर्तृत्व गाजवणार?

आपण स्वतःला छान घडवण्याचा विचार करतो आहोत, तर प्रथम लक्षात घ्या -आपले विचारच आपल्याला घडवतात आणि हो, आपले चुकीचे विचारच आपल्याला बिघडवतात. आपलं 'भविष्य' आपल्या तळहाताच्या रेघांवर नसते - ते आपल्या विचारांवरच ठरत असते. विचारच आपल्या जीवनाला दिशा देतात. विचारच आपल्याला बळ देतात.

साधी गोष्ट आहे, यशाचा विचार केला तरच यश मिळते, पण अपयशाचे विचार मनात घोळत राहिले तर अपयशच पदरी येते. तुम्ही एखाद्या परीक्षेला बसलात तेव्हा 'बाप रे, मला जर प्रश्नांची उत्तरे आलीच नाहीत तर मग? तर मी नापास होईन,' असा विचार करत राहिलात, तर जी उत्तरे येत असतील तीही तुम्हाला आठवणार नाहीत. मग तुम्ही नापास होण्याचीच शक्यता जास्त. याउलट मला अगदी शंभरपैकी शंभर मार्क्स मिळतील असे नाही, पण जेवढ्या प्रश्नांची उत्तरं येतील तेवढी नीट लिहीन. मी पुरेसा अभ्यास तर केलाच आहे, पास तर होईनच. पेपर सोपा गेला तर चांगले मार्क्सही मिळतील, असा विचार केलात तर तुम्ही नक्कीच पास व्हाल. नकारात्मक विचार केलात तर तुम्ही नापास होऊ शकता, सकारात्मक 'म्हणजेच होकारात्मक' विचार केलात तर चांगले मार्क्स मिळवू शकता.

परीक्षेचा अभ्यास तर तुम्ही करायलाच हवा, तोही भरपूर. नुसता परीक्षेच्या वेळी सकारात्मक विचार करून चालणार नाही. अभ्यासही हवा,

आपले विचारच आपल्याला घडवतात आणि हो, आपले चुकीचे विचारच आपल्याला बिघडवतात. आपलं 'भविष्य' आपल्या तळहाताच्या रेघांवर नसते - ते आपल्या विचारांवरच ठरत असते. विचारच आपल्या जीवनाला दिशा देतात. विचारच आपल्याला बळ देतात.

सकारात्मक विचारही हवा. हे सर्वच बाबतीत लागू पडते, हे लक्षात ठेवा. तुम्ही क्रिकेट खेळताना जेव्हा मैदानावर फलंदाजी करायला जाता, तेव्हाही विचार योग्य, सकारात्मकच हवेत. हे खरे आहे की अगदी शतकांचं शतक करणारा सचिन तेंडुलकरही एखाद्या वेळी पहिल्याच चेंडूवर व शून्यावर बाद होऊ शकतो, पण म्हणून काही प्रत्येक वेळी ती भीती ठेवायची नसते. 'मी आज चांगला खेळणार' असा विचार करूनच मैदानावर उतरायचे असते.

आपल्या विचारांमुळेच आपलं व्यक्तिमत्त्व ठरत असते. कसोटीच्या वेळी, अडचणीच्या वेळी आपण कसे वागणार, धीर सोडणार, हातपाय गाळून बसणार की धैर्यानं त्या अडचणीचा सामना करणार, हे ठरत असतं. ऐन परीक्षेच्या वेळी हात फ्रॅक्चर झाला तर काही मुलं रडतच बसतात, तर एखादा म्हणतो, मी रायटर (मदतनीस) घेऊन परीक्षा देईन. अपघातात दोन्ही हात गमावलेल्या एक शिक्षिका आपल्या देशात आहेत. त्या अजूनही शिकवतात. आता त्या उजव्या पायाने फळ्यावर लिहायला शिकल्या आहेत. तुम्हाला आता सकारात्मक विचार करण्याचं महत्त्व कळलं असेल. सकारात्मक विचार मातीचं सोनं करतात तर नकारात्मक विचार सोन्याची माती करतात.

तुम्हाला तुमच्यामध्ये बदल करायचा आहे का? मग त्यासाठी एक 'जादूची कांडी' आहे. सकारात्मक वृत्ती, दृष्टी हीच 'जादूची कांडी' तुमच्यामध्ये बदल घडवू शकते. 'सकारात्मक वृत्ती' म्हणजे काय? याचं

अगदी साधं सोपं उदाहरण मंगेश पाडगावकर यांनी या छोट्याशा कवितेत दिलं आहे, ते म्हणतात-

पेला अर्धा भरला आहे
असं सुद्धा म्हणता येतं,
पेला अर्धा सरला आहे
असं सुद्धा म्हणता येतं.
सरला आहे म्हणायचं,
की भरला आहे म्हणायचं
तुम्हीच ठरवायचं!
सांगा कसं जगायचं?
कण्हत, कण्हत,
की गाणं म्हणत
तुम्हीच ठरवायचं!

मला खात्री आहे, गाणे म्हणत जगायचे, असेच तुम्ही ठरवले आहे. अर्धा पेला रिकामा आहे, असे न म्हणता अर्धा पेला भरला आहे, असेच तुम्ही म्हणाल!

□

सकारात्मक विचारांची लक्षणे

आपलं मन कसं आहे, माहिती आहे? आपलं मन म्हणजे विचारांचा कारखाना आहे. असं म्हणतात, आपल्या मनात रोज जवळजवळ ५०,००० विचार येऊन जात असतात. आपण जागे असतो तेव्हा प्रत्येक क्षणाला कुठला ना कुठला विचार मनात येत असतोच. विचारांना आपण थांबवू तर शकत नाही, पण त्यांना वळण मात्र लावू शकतो. सकारात्मक विचार करणं किती महत्त्वाचं हे समजून घेतल्यानंतर आपले विचार नेहमी योग्य, सकारात्मक असेच असतील, याची आपण दक्षता घेऊ शकतो.

सकारात्मक विचार हीच आपल्या यशाची, आनंदाची, समाधानाची गुरुकिल्ली असल्यामुळे आपण सकारात्मक विचारांची लक्षणे समजून घेणार आहोत. सकारात्मक विचार करायचा कसा, हे जाणून घेणार आहोत.

☑ काय आहे ते पाहा

आपल्याला नेहमी काही ना काही कुरकुर, तक्रार करायची सवय असते. शर्ट असला तरी टी शर्ट नाही, म्हणून आपण कुरकुरत असतो. बूट असले तरी ते नवे नाहीत म्हणून आपण नाराज असतो. तेव्हा आपण हा विचार करत

नाही, की काही मुलांकडे जुने बूटसुद्धा नसतात. गावाकडची मुलं अनवाणी पायानं शाळेत जातात. काहींना तर घरातून शाळेत जाण्यासाठी काही मैल चालत जावे लागते. आपण मात्र शाळा जवळ असली तरी सायकल नाही, म्हणून रडत असतो. मित्रांनो, सायकल, बूट तर सोडाच, काहींना धड पायही नसतात. त्यांचे काय? कुणी अंध असते, कुणी मूकबधिर असते, कुणी अनाथ, बेघर असते त्यांचे काय? त्या मुलांपेक्षा तुम्ही खूप भाग्यवान आहात, हे नेहमी लक्षात ठेवा. त्याबद्दल देवाचे/ नियतीचे आभार माना. काय नाही ते उगाळत बसण्यापेक्षा, रडगाणे गात बसण्यापेक्षा, जे आहे त्याचा उपयोग करून आयुष्यात पुढे कसे जाता येईल, याचा विचार करा.

☑ समस्या ही संधी असते.

एखादा प्रश्न, एखादी समस्या समोर येते तेव्हा आपण गडबडून जातो, चिंता करू लागतो, चिडचिड करत राहतो, पण त्यामुळे तो प्रश्न काही सुटत नाही. परिस्थिती बदलत नाही. त्यासाठी प्रयत्न करावे लागतात. प्रयत्न करण्यासाठी तुमच्याकडे उत्साह असावा लागतो. हा उत्साह कुठून येतो? तर तो येतो सकारात्मक विचारांतून. त्यासाठी समस्येकडे एक संधी म्हणून पाहायला शिका. म्हणजे कसे? तर जेव्हा तुम्हाला एखादे अवघड गणित घातले जाते तेव्हा तुम्ही काय करता? तेव्हा तुम्ही डोके लढवता आणि ते सोडवता. गणित सोपे असते तर तुम्ही डोके लढवलेच नसते. म्हणजेच 'अवघड गणित' ही तुम्हाला डोके लढवण्यासाठी मिळालेली संधी असते.

आपल्या प्रत्येकाकडे अनेक क्षमता असतात, पण त्यातील बऱ्याच क्षमता आपण वापरतच नाही. मात्र जेव्हा अडचण येते, समस्या येते तेव्हा आपण त्या क्षमता वापरू शकतो. त्यावेळी वापराव्याच लागतात. तीच तर संधी असते. त्यातूनच आपल्या न वापरलेल्या - सुप्त अशा क्षमता आपल्याला कळतात. वेळ आली तर मी रात्रभर जागून अभ्यास करू शकतो, गाडी बंद पडली तर मी १८ किलोमीटरसुद्धा चालू शकतो, हे

आपले आपल्यालाच समजून येते. प्रश्न समोर येतात तेव्हाच ते सोडवायचे कसे, याचे आपल्याला ज्ञान मिळते. जीवनाच्या शाळेत होणारे ते एक प्रकारचे आपले शिक्षणच असते.

☑ जे होतं ते चांगल्यासाठीच!

सकारात्मक विचार करण्याची ही आणखी एक युक्ती आहे. जे लोक ती वापरतात ते कधीच निराश होत नाहीत. उलट काहीही होऊ दे - त्यातून ते मार्ग काढतातच. हे तर खरंच की, सगळ्याच गोष्टी काही आपल्या मनासारख्या होत नसतात. प्रयत्न करूनही आपल्याला यश मिळत नाही. अशा वेळी आपण निराश होतो. ते अगदी स्वाभाविक असते, पण किती वेळ निराश होऊन बसणार?

माजी राष्ट्रपती डॉ. अब्दुल कलाम यांना खरेतर पायलट व्हायचे होते. त्यासाठी त्यांनी परीक्षाही दिली होती. पण, ते त्या परीक्षेत उत्तीर्ण झाले नाहीत. त्यांचे ते स्वप्न पुरे होऊ शकले नाही. अर्थातच खूप वाईट वाटले त्यांना, पण ते निराश झाले नाहीत. त्यांनी दुसरे क्षेत्र निवडले, त्यातच मनापासून काम केले. त्यातूनच ते देशातले महान शास्त्रज्ञ झाले. राष्ट्रपती झाले, 'भारतरत्न' हा सर्वोच्च किताब त्यांना मिळाला.

विचार करा - जर ते पायलट परीक्षेत पास झाले असते तर हे सगळे झाले असते का? फार तर ते एक कुशल पायलट झाले असते एवढेच! पण ते अनुत्तीर्ण झाले, हे चांगलेच झाले म्हणावे लागेल, नाही का?

'सुभाष घई' यांचे नाव तुम्ही ऐकले असेल. त्यांना खरे तर अभिनय करायचा होता, हिरो व्हायचे होते, पण ते त्यांना जमले नाही. त्यातून त्यांनी मग चित्रपटाची निर्मिती आणि दिग्दर्शन करायला सुरवात केली. आज ते प्रसिद्ध दिग्दर्शक आहेत, म्हणूनच म्हणतात की 'जे होते ते चांगल्यासाठी.'

एक दार बंद होते, तेव्हा दुसरे कुठलेतरी दार उघडत असतेच!

□

आत्मविश्वास

सी. डी. देशमुख म्हणजेच चिंतामणराव देशमुख हे भारतातील एक नामवंत अर्थशास्त्रज्ञ होते. विलक्षण कुशाग्र बुद्धीचे. ते मॅट्रिकच्या परीक्षेला बसले होते, तेव्हाची गोष्ट. त्यावेळी वर्तमानपत्रात निकाल छापून येत असे. निकालाच्या दिवशी त्यांच्या आईने त्यांना म्हटले, ''अरे, पेपरमध्ये मॅट्रिकचा निकाल आला आहे.'' त्यावेळी त्यांनी आईला म्हटलं, ''असं! मग बघ बरं, दुसरा नंबर कुणाचा आहे?'' पहिला नंबर स्वतःचा असणार याची सी.डी.ना पूर्ण खात्री होती. त्यांचाच पहिला नंबर आलाही होता. याला म्हणतात 'आत्मविश्वास'.

तुम्हाला आयुष्यात यश मिळवायचे असेल तर ध्यास हवा, अभ्यास हवा. प्रयास हवा. तसाच आत्मविश्वासही हवा. आत्मविश्वास ही मनाची शक्ती असते. ती तर हवीच. काही माणसं हुशार असतात, पण त्यांच्याकडे आत्मविश्वास नसतो. अशा वेळी त्यांच्यापेक्षा कमी हुशार माणसंही त्यांच्या पुढे जातात. बुद्धी असेल, क्षमता असेल, तुम्हाला संधी मिळाली असेल, पण जर आत्मविश्वास नसेल तर सारं असून नसल्यासारखं होतं.

☑ का नसतो आत्मविश्वास?

एखाद्याकडे मुळातच आत्मविश्वास का नसतो? आत्मविश्वास नसण्याची अनेक कारणे असू शकतात. एक महत्त्वाचे कारण म्हणजे बालवयात आपल्यावर झालेले संस्कार. जन्माला आल्यापासून ते आपण बालवाडीत जाईपर्यंत आपण घरातच असतो व पूर्णपणे पालकांच्या ताब्यात असतो. त्यावेळी पालक आपल्याला सारख्या सूचना करत असतात. 'हे करू नकोस, ते करू नकोस', अशाच बऱ्याच सूचना असतात. त्या तशा आपल्या हिताच्याच असतात, पण त्या नकारात्मक सूचना आपल्या मेंदूत रुजून बसतात. हळूहळू कळू लागल्यावर, मोठं झाल्यावर आपण त्यांच्यावर पुन्हा विचार करायचा असतो, पण काही वेळा पालकांच्या धाकदपटशामुळे मुलं या नकारात्मक सूचनांच्या प्रभावातून बाहेर पडत नाहीत. मोठी झाली तरी ती भित्री राहतात. पालकांनी जर 'तुला हे जमणार नाही, तू मूर्खच आहेस!' असं सतत बजावलं असेल तर त्यामुळेही (मोठं होऊनही) आत्मविश्वास नसतो. संस्कार, परिस्थिती, अनुभव, शिक्षण, सांगत. अशा अनेक गोष्टींमुळे आपला स्वभाव घडत असतो. घरची गरिबी असेल तर 'आपण गरीब आहोत' या कल्पनेने काही जण स्वतःलाच कमी लेखतात. त्यांच्या मनात न्यूनगंड निर्माण होतो. साहजिकच आत्मविश्वास कमी होतो. जर सारखे वाईटच अनुभव आले असतील, पुन्हा पुन्हा अपयश आले असेल तर त्यामुळेही आत्मविश्वास कमी होतो.

अनेकदा उंची, रंग, रूप या गोष्टींमुळे न्यूनगंड येतो. उंची, रंग बदलता येत नसले तरी त्यामुळे आपण स्वतःला कमी लेखण्याची गरज नाही, हे स्वतःला समजवायला हवं, लाल बहादूर शास्त्री हे बुटके होते, तरीही देशाच्या सर्वोच्च पदावर ते पोहोचू शकले. जया भादुरीला उंची नव्हती तरीही अभिनयाच्या जोरावर ती आघाडीची अभिनेत्री झाली. स्मिता पाटील इतकी सावळी होती तरीही ती मराठीतलीच नव्हे, तर हिंदीतीलही श्रेष्ठ अभिनेत्री झाली. तिचा रंग काही आड आला नाही. उलट प्रसिद्ध कॅमेरामन गोविंद

निहलानी म्हणत, ‘स्मिता पाटील पडद्यावर सर्वांत सुंदर दिसते, फोटोसाठी तिच्याइतका उत्तम चेहरा कुणाचाही नाही.’ तात्पर्य काय? काळीसावळी नसती तर कदाचित स्मिता पडद्यावर इतकी सुंदर दिसली नसती.

☑ नाउमेद होऊ नका

आपण आत्मविश्वास गमावून बसतो याचं एक महत्त्वाचे कारण आहे, आपण नेहमी दुसरे आपल्याबद्दल काय म्हणतात? इकडे लक्ष देत असतो. दुसऱ्यांच्या मतांना नको तितके महत्त्व देतो. त्यांनी आपल्याला बुद्धू म्हटले की, आपणही स्वतःला बुद्धू समजू लागतो. हे चूक आहे. स्वतःचं मत ठरवताना ‘मी खरंच बुद्धू आहे का’ हा प्रश्न स्वतःला विचारायला हवा.

अमिताभ बच्चन आज सर्वाधिक यशस्वी व लोकप्रिय अभिनेता आहे, पण तो प्रथम चित्रपटात काम करण्यासाठी आला तेव्हा अनेकांनी त्याला नावं ठेवली होती. तो हिंदी चित्रपटाचा ‘हिरो’ ठरावा असा ‘देखणा’ नव्हता, हेही खरंच. तो लंबू होता. उभट चेहरा, मोठं नाक, गाल बसलेले. ‘हिरो’ होण्यासाठी तो निर्मात्यांपुढे उभे रहायचा तेव्हा ‘लंबू, अपनी शकल देखी है आइने में?’ म्हणून त्याला हिणवलं जायचं. आणखी मौज म्हणजे अमिताभ रेडिओवर काम मागण्यासाठी गेला तेव्हा त्याचा आवाज जाडाभरडा वाटल्याने त्याला ‘व्हॉइस टेस्ट’मध्ये नापास केले गेले होते. त्याच आवाजानं नंतर श्रोत्यांवर जादू केली. तोच लंबू पुढे ‘सुपरस्टार’ झाला.

विख्यात गायिका लता मंगेशकर यांनाही प्रारंभी ‘तुमचा आवाज पातळ आहे, पार्श्वगायनाला योग्य नाही’ असे सुनावले गेले होते. खुद्द देव आनंदलाही त्याच्या दातांतील फटींमुळे ‘स्क्रीन टेस्ट’मध्ये नापास केले होते.

या सगळ्यांकडे आत्मविश्वास नसता तर ते नक्कीच नाउमेद झाले असते, तेव्हा आत्मविश्वास तर हवाच हवा.

☑ आयुष्याचं मोल जाणा

आत्मविश्वास हवा असेल तर सर्वप्रथम आपल्या आयुष्याचे मोल आपल्याला समजून घ्यायला हवे. प्रत्येकाला शरीर लाभलेले आहे, मन लाभलेले आहे, मेंदू लाभलेला आहे. या साऱ्याची किंमत आपण जाणतो का?

आपले शरीर ही एक केवढी अजब गोष्ट आहे, केवढी मोठी यंत्रणा आहे. याची तुम्हाला कल्पना आहे का? आपल्या शरीरात जवळजवळ ६० कोटी पेशी असतात. महत्त्वाच्या अशा आपल्या मज्जासंस्थेत जवळजवळ २८ कोटी सूक्ष्म मज्जापेशी काम करत असतात. आपण जिवंत राहावे म्हणून ही अजस्त्र यंत्रणा अक्षरशः दिवसरात्र राबत असते. दिवसातून किती वेळा तुम्ही श्वास घेता- सोडता? किती वेळा तुमचे हृदय आकुंचन- प्रसरण पावते? अन्नाचे पचन होणे, त्यांचे रक्तात रूपांतर होणे, नव्या पेशी तयार होणे- हे सारे अखंड सुरू असते, पण ते आपोआप होत असल्यामुळे आपल्याला त्याची किंमत नसते! हे तर सोडाच- आपला तो अचाट मेंदू- त्यांचे तरी मोल आपण जाणतो का? एका सेकंदाला ३० कोटी माहिती/ज्ञानखंड हाताळण्याची विलक्षण क्षमता आपल्या मेंदूत असते. असे शरीर, असा मेंदू आणि असे आयुष्य आपल्याला लाभले आहे, हे भान ठेवले तर आयुष्याची किंमत कळेल. आयुष्याची किंमत कळली.. स्वतःवर, आयुष्यावर प्रेम असले तरच आत्मविश्वास निर्माण होऊ शकेल. हे सगळे मला लाभले आहे हे, ते मी काहीतरी करावे, काही निर्माण करावे, आनंदाने जगावे यासाठीच आहे, हे मनाशी पक्के केले तरच आत्मविश्वास येऊ शकेल.

आत्मविश्वासासाठीही सकारात्मक वृत्ती हवी. आपल्याकडे नेमक्या काय क्षमता आहेत? आपण नेमके काय काय करू शकतो, याची जाणीव हवी. प्रत्येकाकडे अशा काही खास क्षमता असतातच-आपल्या अशा खास क्षमता कोणत्या, याचा शोध घ्यायला हवा.

आणखी एक-प्रत्येक जण हा वेगळा असतो. होय - जगातली कुठलीही व्यक्ती ही अगदी तंतोतंत दुसऱ्या व्यक्तीसारखी नसते. मग विचार करा- संपूर्ण जगात- अब्जावधी लोकांत- पूर्वी होऊन गेलेल्या, आज असलेल्या व पुढे येणार असलेल्या अब्जावधी लोकांत हुबेहूब तुमच्यासारखं कुणीही असणार नाहीये. तुम्ही एकमेव आहात, अद्वितीय आहात. तुम्ही इतरांपेक्षा वेगळे आहात. आपल्या या वेगळेपणाची जाणीव ठेवली, तरच तुम्हाला आत्मविश्वास वाटू शकतो, 'माझ्यासारखा मीच' ही कल्पना किती रम्य आहे. अर्थात आत्मविश्वास असणे म्हणजे गर्व, अहंकार असणे नव्हे. अहंकार आला, की दुसऱ्यांना कमी तुच्छ लेखलं जातं, ते चुकीचं आहे. आपण फक्त स्वतःचं मोल जाणायचं आहे, दुसऱ्याचं कमी करायचं नाहीय, हे नेहमी ध्यानात ठेवा. नाहीतर 'गर्वाचे घर खाली' व्हायला वेळ लागणार नाही. आत्मविश्वास असावा म्हणजे फाजील आत्मविश्वास असावा असे नाही, तो नकोच. स्वतःबद्दलही चुकीच्या, अवाजवी कल्पना असू नयेत. 'लाथ मारीन तिथं पाणी काढीन' अशा फुकाच्या वल्गना कधीच करू नयेत. आपल्या क्षमतांची योग्य जाणीव असावी तसेच आपल्या मर्यादांचेही भान असावे. सर्वगुणसंपन्न, परिपूर्ण असे कुणीच नसते!

☑ आत्मविश्वास मिळवता येतो

आत्मविश्वास असण्यासाठी 'सर्वगुणसंपन्न' किंवा 'परिपूर्ण' असण्याची गरज नसतेच. फक्त एवढेच की आपल्या मर्यादांपेक्षा आपल्या क्षमतांवर भर द्यायचा असतो आणि होय, त्या क्षमता वाढवायच्याही असतात. त्याचवेळी नव्या क्षमता संपादन करायचाही प्रयत्न करायचा असतो. जे काम आपल्याला करायचे आहे, त्या कामासाठी जी कौशल्ये असतील, ती शिकण्याचा प्रयत्न करायला हवा. ज्या क्षेत्रात तुम्ही करिअर करू इच्छिता, त्या क्षेत्राबद्दल माहिती मिळवत राहावे. माहिती, ज्ञान, कौशल्य या गोष्टींमुळे आत्मविश्वास येतो. कुठल्याही गोष्टीचा अभ्यास आणि सराव यांतून आत्मविश्वास येतो,

हे कायम लक्षात ठेवा. आत्मविश्वास हा मिळवताही येतो. त्यासाठी प्रयत्न करण्याची, शिकण्याची मात्र तयारी हवी. स्वतःवर विश्वास नसलाच तरी अविश्वासही असू नये. 'मला जमेल की नाही' या विचारात अडकून घुटमळत राहण्यापेक्षा 'मी प्रयत्न करतो' अशी सकारात्मक भूमिका ठेवावी.

इतरांनी आपली कदर करावी, आदर दाखववावा असे वाटत असेल तर प्रथम-

» आपणच स्वतःची कदर करावी.
» अल्पसंतुष्ट असू नये, स्वतःच्या अपेक्षा हळूहळू उंचवाव्यात.
» नेहमीच 'अंथरुण पाहून पाय पसरावेत' असे धोरण ठेवू नये. पाय पसरता येतील असे अंथरुण शोधावे.
» नव्या गोष्टीही करून पाहाव्यात. तसे करण्यात थोडी जोखीम असते. ती थोडीच असेल तर घेऊन पाहावी.
» जोखीम घेता आली की आत्मविश्वास वाढत जातो.
» शक्य असेल तेव्हा पुढाकार घ्यावा. आपण होऊन काही जबाबदारी घ्यावी. 'चला, मी करतो आहे काम,' असे म्हणता यायला हवे. तुम्ही कामाचे आहात, जबाबदारी घेता हे कळले की इतरांना तुमच्याविषयी विश्वास वाटू लागतो. मग त्यातूनच तुमचा आत्मविश्वासही वाढत जातो.

'आत्मविश्वासा'च्या काही सोप्या युक्त्याही आहेत, त्या अशा-

» चारचौघांत मागे राहू नका, पुढे व्हा.
» ताठ मानेने चला, ताठ मानेने वागा, झपाझप चाला.
» स्वतःचं मत मांडताना लाजू नका, प्रश्न विचारताना कचरू नका.

थोडक्यात, आत्मविश्वास हवा असेल तर आत्मविश्वासाने वागा! □

तुमचं बहिरंग कसं आहे?

आपण हे अगदी पहिल्यापासून पाहतो आहोत, की व्यक्तिमत्त्व म्हणजे केवळ बाह्यरूप, बहिरंग नव्हे. आपण हेही समजून घेतलं आहे, की व्यक्तिमत्त्व विकास हा आतून व्हावा लागतो. तुमचं अंतरंग हा तुमच्या व्यक्तिमत्त्वाचा पाया असतो, हेही खरंच. परंतु याचा अर्थ असा नव्हे, की तुम्ही तुमच्या बाह्य व्यक्तिमत्त्वाकडे पूर्णतः दुर्लक्ष करावं.

उगाच झकपक पोशाख करून, नाटकी- खोटंखोटं गोड बोलून प्रभाव पाडण्याच्या फंदात पडू नये, हे तर खरंच आहे, पण हेही तितकंच खरं, की समोरच्या व्यक्तीवर आपला पहिला प्रभाव पडत असतो, तो आपल्या बाह्य व्यक्तिमत्त्वामुळे. यालाच इंग्रजीत 'फर्स्ट इंप्रेशन इज द लाँग लास्टिंग इंप्रेशन'. आपल्याविषयी प्रथमदर्शनीच लोकांचे जे मत होत असते, ते फार महत्त्वाचे असते. त्यामुळेच आपल्याविषयी प्रथमदर्शनी प्रतिकूल, चुकीचे मत होणार नाही, याची दक्षता तर घ्यावीच लागते. आपल्या 'बाह्य व्यक्तिमत्त्वाचाही' पुरेसा विचार करावाच लागतो. यात अर्थातच आपले रंगरूप, आपला

आवाज, आपली शरीरयष्टी, आपले बोलणेचालणे, आपल्या चेहऱ्यावरचे भाव, हावभाव, आपली वेशभूषा हे सारे येते.

आपले रंगरूप, आपली उंची हे काही आपल्या हाती नसते, त्यामुळे ते आपण आहे तसे स्वीकारावे लागते. तेही नाइलाजाने नव्हे, तर हसतहसत, उमदेपणाने. असे स्वतःला स्वीकारणारी माणसेच आयुष्यात मोठी होत असतात. आपला रंग काळासावळा असला म्हणून आपली माणूस म्हणून किंमत कमी होत नाही. काही देशांमध्ये काळा वर्ण हाच चांगला मानला जातो. 'ब्लॅक इज ब्यूटिफुल' असे ते म्हणतात. सावळ्या व्यक्तींचे फोटो गोऱ्या व्यक्तींपेक्षा चांगले येतात. स्मिता पाटील ही काळीच होती, पण ती चित्रपटांमध्ये विलक्षण सुंदर दिसत असे. अभिनेत्री म्हणून तिनं स्वतःचं स्थान निर्माण केलं.

जया भादुरी ही सर्व अभिनेत्रींमध्ये बुटकी होती, तर अमिताभ बच्चन हा 'लंबूटांग' होता. दोघांची प्रारंभी थोडी चेष्टाच झाली, पण दोघांनीही यश मिळवलेच.

अमेरिकेचे अध्यक्ष अब्राहम लिंकन यांच्या रूपाची अनेकदा चेष्टा होत असे, त्यांना कुरूपच म्हटले जायचे. एका छोट्या मुलीने त्यांना 'तुम्ही दाढी वाढवा, म्हणजे जरा चांगले दिसाल' असे पत्राने कळवले तेव्हापासून त्यांनी दाढी वाढवली आणि त्यामुळे ते थोडे रुबाबदार दिसू लागले, पण रूप कसेही असले तरी लिंकन यांना इतिहासात फार मानाचे स्थान आहेच. आपले महात्मा गांधी तरी कुठे फार प्रभावी व्यक्तिमत्त्वाचे होते? हडकुळे शरीर, टक्कल, मोठे नाक, चष्मा. हे सगळे असले तरी कोटी कोटी भारतीयांवर एवढेच नव्हे, तर अवघ्या जगावर त्याचा प्रभाव पडलाच की नाही? बलाढ्य ब्रिटिश साम्राज्यसुद्धा त्यांच्यापुढे हतबल ठरले.

☑ सुदृढ व्हा, नेटके रहा

तुमच्या बहिरंगातील ज्या गोष्टी जन्मजात आहेत, त्यांच्याविषयी कुठलाही न्यूनगंड बाळगू नका. म्हणजे स्वतःला कमी लेखू नका, पण त्याचवेळी बहिरंगातील ज्या गोष्टी तुम्ही बदलू शकता, त्या बदलण्याचा पुरेपूर प्रयत्न करा. त्यातही सर्वात महत्त्वाची गोष्ट तुमची शरीरयष्टी. व्यायाम करून तुम्ही शरीर कमावू शकता. सुदृढ, बांधेसूद, सुडौल करू शकता. योग्य वयात, योग्य व्यायाम करून तुम्ही काही प्रमाणात उंचीही वाढवू शकता. व्यायामामुळे तुमचे आरोग्यही उत्तम राहते. तेही तितकेच महत्त्वाचे असते. अर्थात त्याला योग्य, समतोल आहाराचीही गरज असते. व्यक्तिमत्त्व विकासामध्ये तुमची प्रकृती, तुमचे आरोग्य याचेही स्थान असते, इकडे अनेकदा दुर्लक्ष केले जाते. आपल्याला आयुष्यात जे काही मिळवायचे आहे, ते मिळवण्याचे शरीर हेच तर साधन आहे. शरीराकडे दुर्लक्ष करून कसे चालेल?

'लुळ्यापांगळ्या श्रीमंतीपेक्षा धट्टीकट्टी गरिबी बरी' हे तुम्ही ऐकलेच असेल, तेव्हा धट्टेकट्टे व्हायचे पक्क करून टाका. हेही ध्यानात ठेवा, की धट्ट्याकट्ट्या गरिबीपेक्षा धट्टीकट्टी श्रीमंती बरी! 'बाह्य व्यक्तिमत्त्वा'त आणखी दोन महत्त्वाच्या गोष्टी येतात. पहिली म्हणजे तुमची वेशभूषा. तुम्ही कपडे कसे घालता? भडक रंगाचे घालता, की सौम्य रंगाचे? तुमच्या रंगरूपाला, शरीरयष्टीला साजेल असे, शोभेल असे घालता का? तुमचे कपडे स्वच्छ, नीटनेटके असतात का? तुम्ही टिपटॉप राहता, की गबाळे राहता? तुमची वेशभूषा, तुमची केशभूषा यांतून तुमचे व्यक्तिमत्त्व व्यक्त होत असते. एक फार महत्त्वाची गोष्ट लक्षात ठेवा. तुम्ही एखाद्या मोठ्या व्यक्तीला भेटताना जर नीटनेटके कपडे न घालता, गबाळ्या कपड्यांत गेलात तर तो त्या व्यक्तीचा अपमान असतो. आपण व्यवस्थित राहतो, तेव्हाच आपण इतरांविषयी आदर दाखवतो. दुसरी 'बहिरंगा'तील महत्त्वाची गोष्ट म्हणजे तुमची देहबोली. आपण हे पाहिलेच आहे, की ताठ मानेने

तुम्ही एखाद्या मोठ्या व्यक्तीला भेटताना जर नीटनेटके कपडे न घालता, गबाळ्या कपड्यांत गेलात तर तो त्या व्यक्तीचा अपमान असतो.

चालणे, मनमोकळे हसणे यांतून आपला आत्मविश्वास प्रकट होत असतो. आपल्या चालण्याबोलण्याबरोबरच आपले हातवारे, हावभाव या गोष्टींमुळेही आपले व्यक्तिमत्त्व व्यक्त होत असते. या अशा गोष्टी आहेत ज्या आपण बदलू शकतो. काहींचे हातवारे, हावभाव आपल्याला हास्यास्पद वाटतात, तर काहींचे खूप रुबाबदार वाटतात. त्यातून काय निवडायचे हे वेगळे सांगायला नकोच!

तात्पर्य हेच आहे- आपल्या बहिरंगातील अर्थात बाह्य व्यक्तिमत्त्वातील ज्या गोष्टी बदलणे आपल्या हातात आहेत त्याच गोष्टींवर लक्ष केंद्रित करून आपण आपले 'फर्स्ट इंप्रेशन' चांगले पडेल, याची दक्षता घेऊ शकतो.

□

योग्य प्रभाव केव्हा पडतो?

'प्रथमदर्शनी पडणारा प्रभाव' हा महत्त्वाचा असतो, तो चुकीचा पडू नये, योग्य तसाच पडावा, याची खबरदारी जरूर घ्यावी. त्यासाठी आपलं बाह्य व्यक्तिमत्त्व उमदं, नेटकं असावं, याकडेही लक्ष द्यावे, परंतु हेही लक्षात ठेवावं, की 'प्रभाव' हा पाडायचा नसतो, तो पडावा लागतो. काही मंडळी कृत्रिम वरवरचं वागून समोरच्यावर 'इंप्रेशन' पाडण्याचा आटापिटा करत असतात. त्याचा फारसा उपयोग होत नसतो. उलट थोडा तोटाच होऊ शकतो. 'हा माणूस खोटा, तोंडदेखलं गोड बोलणारा आहे', हे सूज्ञ माणसं ओळखतातच. यासंदर्भात एक अतिशय मोलाचं सूत्र आहे ते असं- नेव्हर ट्राय टू इम्प्रेस, जस्ट एक्स्प्रेस युअरसेल्फ. उगाच दुसऱ्यांवर छाप पाडण्याचा प्रयत्न करू नका, स्वतःला जे आणि जसं मनापासून वाटतंय, तसंच बोला, तसंच वागा. थोडक्यात समोरच्याला फक्त तुमचं बहिरंग नव्हे, तर अंतरंगही कळू द्या. हेही लक्षात ठेवा, काही लोकांना तुम्ही कायमचं मूर्ख बनवू शकता, थोडा काळ का होईना, तुम्ही सगळ्यांनाच मूर्ख बनवू शकता. पण मित्रहो, सगळ्यांना सदासर्वदा मूर्ख बनवणं हे कधीही शक्य नसतं.

तुमचं खरं स्वरूप कधी ना कधी लोकांना कळतंच.

☑ प्रभाव कशासाठी?

इथे एक महत्त्वाचा मुद्दा असा आहे, की तुम्हाला कशासाठी लोकांवर प्रभाव पाडायचा आहे? तुमचा हेतू काय आहे? तुम्हाला नेमकं काय साध्य करायचं आहे? तुम्हाला हिटलर व्हायचं आहे की गांधी?

ही दोन नावे मी अशासाठी घेतली आहेत, की ही दोन्ही जगाच्या इतिहासावर प्रभाव पाडणारी अशी अत्यंत प्रभावशाली व्यक्तिमत्त्वं होती. अ‍ॅडॉल्फ हिटलर आणि महात्मा गांधी. हिटलरच्या व्यक्तिमत्त्वानं आणि वक्तृत्वानं लोक विलक्षण प्रभावित होत असत. पण त्यानं साधलं काय? एकहाती सत्ता मिळवली, तो हुकूमशहा झाला आणि त्याने लाखो निरपराध ज्यूंचं अतिशय अमानुष असं शिरकाण केलं. एकीकडे हा महाप्रभावी व्यक्तिमत्त्वाचा क्रूरकर्मा हिटलर तर दुसरीकडे स्वतः लाठ्यांचे वार झेलूनही अहिंसेचाच पुरस्कार करणारे महात्मा गांधी.

खरंतर गांधीजींकडे ना आकर्षक व्यक्तिमत्त्व होतं, ना प्रभावी वक्तृत्व. होती ती फक्त स्वातंत्र्याची तळमळ आणि सच्चाई, पण त्यातूनच त्यांनी 'सत्यमेव जयते' हा विश्वास सामान्य लोकांना दिला आणि जुलमी राजवटीविरुद्ध लढण्याचं बळ दिलं.

तेव्हा स्वतःच्या व्यक्तिमत्त्वाचा विकास साधताना, स्वतःचं व्यक्तिमत्त्व प्रभावशाली बनवताना हा प्रश्न स्वतःला विचारा- मला लोकांना 'उल्लू' बनवायचं आहे, की त्यांचं भलं करायचं आहे? भलं करायचं असेल तर योग्य प्रभाव पाडून तुम्ही लोकांना त्यासाठी उद्युक्त करू शकता, प्रेरणा देऊ शकता.

☑ प्रभावासाठी

आपल्या 'देहबोली'चा जसा इतरांवर प्रभाव पडत असतो, तसाच आपल्या वागण्या-बोलण्याचाही प्रभाव पडत असतो. तुम्ही 'मॅनर्स' हा शब्द ऐकला असेल. 'त्या माणसाला अजिबात मॅनर्स नाहीत', अशी विधानंही ऐकली

असतील. मॅनर्स म्हणजे शिष्टाचार. समाजात, चारचौघांत वावरत असताना योग्य शिष्टाचाराचं अतिशय महत्त्व असतं.

अगदी साधंसोपं उदाहरण म्हणजे तुम्हाला वर्गात जायला उशीर झाला तर तुम्ही 'सर, मी वर्गात येऊ का?' असं विचारायला हवं. ठरलेली वेळ पाळायला हवी. उशिराबद्दल 'सॉरी' म्हणायला हवं. आपण इतरांना प्रथमच भेटतो, तेव्हा त्यांची कशा प्रकारे चौकशी करतो, त्यांच्याशी ओळख कशी करून घेतो, आपली त्यांना ओळख कशी करून देतो, एखाद्याचे स्वागत कसे करतो, संभाषणाला सुरवात कशी करतो- हे सारंच शिष्टाचारात मोडतं. अगदी आपण आपलं दुःख किंवा आनंद कसा व्यक्त करतो, हेही 'मॅनर्स'मध्ये मोडतं.

अर्थात कुठला प्रसंग आहे, त्यानुसार शिष्टाचार ठरतात. एखादी महत्त्वाची 'मीटिंग' असेल तर शिष्टाचार वेगळे असतात. अगदी 'पार्टी'चेही काही संकेत, शिष्टाचार असतात. ते माहीत करून घेणं व त्यानुसार वागणं आवश्यक असतं. शिष्टाचार न पाळणारी माणसं अडाणी किंवा उद्धट मानली जातात. शिष्टाचार पाळणं यातून खरंतर आपल्या सभ्यतेची, नम्रतेची ओळख इतरांना होत असते. त्यातूनच आपल्यावर घडलेल्या संस्कारांचे दर्शन घडते.

तुम्ही अमिताभ बच्चन यांचा 'कौन बनेगा करोडपती' हा टीव्हीवरील लोकप्रिय कार्यक्रम नक्कीच पाहिला असेल. त्यातलं बच्चन यांचे वागणे-बोलणे आठवून पाहा. खरं म्हणजे अमिताभ बच्चन हे स्वतः सुपरस्टार. त्यांचे यश, त्यांचा लौकिक केवढा मोठा, परंतु कार्यक्रमात भाग घेण्यासाठी येणाऱ्या अतिशय सामान्य अशा स्पर्धकांसाठीही ते किती नम्रतेनं व सौजन्यानं वागतात. स्वतःला उठून त्यांना खुर्चीत स्थानापन्न होण्यासाठी मदत करत असतात. त्यांची अत्यंत आस्थेनं चौकशी करत असतात.

अमिताभ यांच्या उत्तुंग व्यक्तिमत्त्वाचा प्रभाव तर पडत असतोच,

समोरच्याशी मतभेद झाले तर त्याला विरोध करायचा झाला तरी तो शांतपणे, नम्रपणे करता येतो. चांगल्या गोष्टीचं कौतुक करणं हेही चांगले 'मॅनर्स'चेच लक्षण आहे. अर्थात हे कौतुक मनापासून करावं. तोंडदेखलं नव्हे. त्यातूनच आपला उमदेपणा दिसून येते.

पण त्यांच्या नम्रतेचा व सौजन्याचा अधिकच प्रभाव पडत असतो. अर्थात हे महत्त्वाचं आहे, की ही नम्रता अगदी मनापासून हवी. वरवरची, केवळ दाखवण्यासाठीची नम्रता नसावी.

समोरच्याशी मतभेद झाले तर त्याला विरोध करायचा झाला तरी तो शांतपणे, नम्रपणे करता येतो. चांगल्या गोष्टीचं कौतुक करणं हेही चांगले 'मॅनर्स'चेच लक्षण आहे. अर्थात हे कौतुक मनापासून करावं. तोंडदेखलं नव्हे. त्यातूनच आपला उमदेपणा दिसून येते.

तात्पर्य- पुन्हा तेच आहे- खोटं, वरवरचं चांगलं असणं उपयोगाचं नसतं. मुळात तुम्ही सच्चे व प्रामाणिक असाल तर तुमचा योग्य प्रभाव पडतोच पडतो.

□

संभाषण कौशल्य

चांगलं बोलणाऱ्याची माती विकली जाते, न बोलणाऱ्याचं सोनंदेखील विकलं जात नाही, अशी म्हण आहे. अगदी खरं आहे हे! चांगलं बोलणं हे एक कौशल्य आहे, ज्याला संभाषण कौशल्य, संवाद कौशल्य किंवा संभाषणचातुर्य असंही म्हटलं जातं. काही माणसांकडे ते जणू उपजतच असतं. छान बोलतात ती माणसं. ऐकत राहावंसं वाटतं. ते सांगतील ते पटतंही. आपण प्रथम विक्रेत्याबद्दलच बोलूयात.

तुम्ही 'विक्रेता' नक्की पाहिला असेल. एखादी वस्तू विकण्यासाठी तो तुमच्या घरीही आला असेल. कसा असतो तो? कसा बोलतो?

सर्वप्रथम म्हणजे तो नीटनेटका असतो. त्याचा पोशाख टिपटॉप असतो. बहुधा त्यानं 'टाय' घातलेला असतो. त्याचं व्यक्तिमत्त्व, त्याचा चेहरा प्रसन्न असतो. चेहऱ्यावर स्मित असतं, आत्मविश्वास असतो. मराठी, इंग्रजी, हिंदी कुठलीही भाषा असो, तो अगदी सफाईदार बोलतो. नमस्कार, गुडमॉर्निंग करूनच तो पुढे बोलतो. त्याचे 'मॅनर्स' चांगले असतात.

पण हे फक्त बाह्यरूप झालं. ते उपयुक्त असलं तरी पुरेसं नसतं. त्याच्याकडे, तो जी वस्तू विकणार आहे तिच्याविषयी पुरेशी माहिती असते; ती तुम्हाला कशी उपयुक्त ठरणार आहे हे तो व्यवस्थित समजावून देत असतो. पण, त्याचबरोबर तो तुमचं बोलणंही व्यवस्थित ऐकून घेतो. तुम्हाला कुठली समस्या आहे, तुमची नेमकी गरज कोणती आहे, हेही समजून घेतो. तुम्हाला काही शहाणपण शिकवण्यासाठी नव्हे तर मदत करण्यासाठी, मार्गदर्शन करण्यासाठी आपण आलो आहोत, अशी त्याची नम्र भूमिका असते; असावी लागते.

एक लक्षात ठेवा, काहीही करून आपला माल ग्राहकाच्या गळ्यात मारणं एवढाच विचार करणारा विक्रेता फार यशस्वी होऊ शकत नाही. जो ग्राहकाच्या हिताचाही विचार करतो तोच विक्रेता ग्राहकांना आवडतो. तोच खरा यशस्वी ठरतो.

एक मात्र खरं की, चांगल्या विक्रेत्याला आपलं म्हणणं समोरच्याला पटवून देता यायला हवं. तेच खरं संभाषण कौशल्य असतं. हे संभाषण कौशल्य फक्त विक्रेत्यांनाच आवश्यक असतं असं नाही. ते सर्वांनाच आवश्यक असतं.

☑ संभाषण कौशल्य म्हणजे नेमकं काय?

आपला विषय सोप्या, सरळ, स्पष्ट शब्दांत मांडता येणं. त्या विषयाचं महत्त्व, त्याचा उपयोग पटवून सांगता येणं, समोरच्याला ऐकत राहावंसं वाटेल अशा रंजक शब्दांतही तो विषय मांडता येणं. अर्थात यासाठी तो विषय तुम्हाला चांगला माहिती असायला हवा, त्याविषयी पुरेसं ज्ञान हवं.

जे ज्ञान तुमच्याकडे आहे, तो इतरांना देण्याइतका उत्साह आणि तशी इच्छा तुमच्याकडे हवी, तळमळ हवी. अर्थात आत्मविश्वासही हवा, मात्र अहंकार नसावा. समोरचे सगळे मूर्ख, अडाणी आहेत- मीच काय तो शहाणा आहे, मलाच सगळं कळतं, असा तुमचा पवित्रा असेल तर

आपला विषय सोप्या, सरळ, स्पष्ट शब्दांत मांडता येणं. त्या विषयाचं महत्त्व, त्याचा उपयोग पटवून सांगता येणं, समोरच्याला ऐकत राहावंसं वाटेल अशा रंजक शब्दांतही तो विषय मांडता येणं. अर्थात यासाठी तो विषय तुम्हाला चांगला माहिती असायला हवा, त्याविषयी पुरेसं ज्ञान हवं.

समोरचे म्हणतात, 'बाबा रे, तुझं शहाणपण तुझ्याजवळच ठेव.' 'संभाषण कौशल्या'साठी या काही गोष्टी लक्षात ठेवा.

» समोरचा अधिक महत्त्वाचा आहे हे भान ठेवा. तो महत्त्वाचा असतो म्हणून तर आपण त्याच्याशी बोलत असतो. समोरच्याला महत्त्व दिल्याशिवाय, आदर दिल्याशिवाय आपलं कुणी ऐकून घेत नसतं. आपल्याला हवा तो प्रतिसाद देत नसतं. म्हणून तर विक्रेत्यांना पहिला धडा हाच दिलेला असतो. 'कस्टमर इज द किंग'. 'ग्राहक हाच राजा असतो.' तुम्ही त्याच्या सेवेसाठी असता.

» संभाषण करताना 'बोलण्याइतकंच ऐकून घेणं महत्त्वाचं असतं,' या तत्त्वाचा विसर पडल्यामुळे मंडळी स्वतःच बोलत सुटतात. साहजिकच समोरचा नाराज होतो, म्हणून फक्त स्वतःचं बोलत राहू नका. समोरच्याचं ऐकून घ्या. जितकं ऐकून घ्याल, तितकं समोरचा कसा आहे, कोण आहे, हे तुम्हाला समजू शकेल. मग तुम्ही त्याच्याशी अधिक चांगला संवाद साधू शकाल.

» समोरचा बोलत असताना त्याला मध्येच अडवू नका, तोडू नका. त्याला नेमकं काय म्हणायचं आहे, हे नीट समजून घेतल्याशिवाय प्रतिक्रिया देऊ नका.

» त्याचं एखादं मत पटलं नाही, एखादा मुद्दा पटला नाही तर लगेच तुटून पडू नका. 'तुमचं चुकतंय,' असं म्हणण्याऐवजी 'मला असं वाटतंय', अशी भाषा वापरा.

» वाद शक्यतो टाळा. चर्चा करणं वेगळं आणि वाद घालणं वेगळं. वाद हा मुळात 'संवादच' असावा लागतो. त्याचं 'भांडण' झालं की सगळंच बिनसतं.

» मतभेद होऊ शकतात. समोरच्याचं सगळं मान्य करावं असंही नाही, पण मतभेद झाले तरी 'लेट अस ॲग्री टू डिफर' असं म्हणता येतं. म्हणजे काय तर 'चला, याबाबतीत आपली मतं वेगळी आहेत, हे मान्य करू या' 'सर्वांचं सर्वच बाबतीत एकमत कसं होऊ शकेल? अगदीच राहवत नसेल तर मुद्देसूदपणे, समोरच्याचं मत कसं चुकीचं आहे हे पटवून द्या. कुठल्याही परिस्थितीत मतं खोडा, पण मनं मोडू नका.

» तुम्ही किती बोलता हे महत्त्वाचं नसतं, कसं बोलता हे महत्त्वाचं असतं. आत्मविश्वासानं बोलाल तर लोक ऐकून घेतील.

» अर्थात पुन्हा हे आहेच, की समोरच्याविषयी तुम्हाला आस्था असायला हवी. त्याच्या 'भल्या'चाच तुम्ही विचार करायला हवा. तो केलात तर समोरचा तुमचं निश्चितच ऐकून घेईल.

□

खेळा आणि वाढा

तुम्हाला 'व्यक्तिमत्त्व विकास' साधायचा आहे ना? मग त्यासाठी एक उत्तम उपाय आहे. खरं तर मार्ग आहे. भरपूर खेळा. होय. खेळातून तुमचा शारीरिक, मानसिक, बौद्धिक, सामाजिक अशा सर्व अंगांनी विकास होत असतो. खेळाचं हे इतकं महत्त्व असतं, हे आपल्या ध्यानातच येत नाही.

खेळायला तर तुम्हाला आवडतंच. खेळल्याशिवाय तुम्ही राहूच शकत नाही. खेळताना तुम्ही तहानभूक विसरता. तुम्हाला ना वेळेचं भान राहतं ना उन्हाचं. याचं कारण माहितीये! मित्रहो, खेळणं ही तुमची गरज असते, हालचाल करणं ही तुमची गरज असते. ती तुमच्या मेंदूची मागणी असते, हे जरा समजून घ्या. आपल्या मेंदूचे दोन भाग असतात. डावा मेंदू व उजवा मेंदू. या दोन भागांमध्ये जुळणी होण्यासाठी, दोन्ही भागांचा समतोल साधण्यासाठी, तो कार्यक्षम होण्यासाठी हालचालींची आवश्यकता असते.

खेळण्यामुळे व्यायाम तर होतोच. व्यायाम व हालचालींमुळे मेंदूला प्राणवायूचा पुरवठा वाढतो. व्यायामामुळे मेंदूत ज्या पेशी असतात त्या

सक्षम होतात. त्यांचं आयुष्य वाढतं. तुमच्या शारीरिक क्षमतेबरोबर तुमच्या मेंदूची एकूण क्षमताही वाढते. बौद्धिक क्षमता वाढते, तशीच ताण सहन करण्याची क्षमताही वाढते.

खेळताना तुम्ही शरीरातल्या स्नायूंवर नियंत्रण मिळवत असता. आपली जी ज्ञानेंद्रिये आहेत, त्यांचा एकत्र वापर करत असता. खेळ हा बौद्धिक कामांचाही आधार असतो. खेळामुळे बुद्धी वाढीस लागते. हे सिद्ध झालं आहे. खेळता खेळता तुम्ही खूप काही शिकतही असता. खेळ हा तुमच्या शिकण्याचा, वाढण्याचा, विकासाचा एक अविभाज्य असा भाग असतो.

मित्रहो, तुमचं रक्त सळसळत असतं, तुमच्या अंगात प्रचंड ऊर्जा असते. तुम्ही खेळता, धावता, घामाघूम होता तेव्हा ती ऊर्जा वापरली जाते. ती वापरली नाही तर मात्र त्रासदायक ठरते. मग ती इतर मार्गांनी बाहेर पडण्याचा प्रयत्न करते. तुम्ही पाहिलं असेल, ज्या मुलांना खेळू दिलं जात नाही, ती मुलं आक्रस्ताळी बनतात. चिडतात, फेकाफेक, आदळआपट करतात. कधी कधी तर थयथयाटही. यातूनच मुलं पुढे आक्रमक, हिंसक होऊ शकतात. हे टाळायचं असेल तर एकच करायचं. खेळायचं, भरपूर खेळायचं. अगदी दमेपर्यंत. आणखी एक निरीक्षण आहे. लहानपणी जी मुलं खेळत नाहीत. यातून ती एकलकोंडी बनतात. उदास, निराश राहतात.

खेळणं हे उत्साह आणि उमेद वाढवणारं असतं. खेळामुळे ताण सहन करण्याची क्षमता वाढते. खेळण्यामुळे सकारात्मक, वृत्तीही जोपासली जाते.

खेळ हा बौद्धिक कामांचाही आधार असतो. खेळामुळे बुद्धी वाढीस लागते. हे सिद्ध झालं आहे. खेळता खेळता तुम्ही खूप काही शिकतही असता. खेळ हा तुमच्या शिकण्याचा, वाढण्याचा, विकासाचा एक अविभाज्य असा भाग असतो.

खेळांमुळे आपण नियम/सूचना पाळायला शिकतो. आपल्याला नियमांचे महत्त्व उमजतं व एक शिस्तही आपल्या अंगी बाणते. याचा पुढे आयुष्यभर आपल्याला उपयोग होतो.

खेळताना आपल्याला कायम सावध, सतर्क राहावं लागतं. एखाद्या समस्येवर उत्तर शोधणं, याचाही सराव होतो. खेळातही खूप विविधता असते, त्यातून आपल्याला जे विविध अनुभव येतात, त्यातूनही आपलं व्यक्तिमत्त्व विकसित व समृद्ध होत असतं.

काही खेळांमध्ये स्मरणशक्तीची परीक्षा होते, तर काही खेळ हे तुमची निर्णय घेण्याची शक्ती/क्षमता वाढवणारे असतात. प्रसंगावधान राखून तात्काळ निर्णय कसा घ्यायचा, हे तुम्ही खेळातूनच शिकता. त्यामुळे तुम्ही चटपटीतपणाबरोबरच तल्लखपणाही शिकत असता. हे तुमच्या विकासाचेच तर पैलू असतात.

खेळामुळे आपल्याला एकत्र असण्याचं, संघाचं/टीमचं महत्त्व कळतं. त्यामुळे आपल्या 'सांघिक भावना' विकसित होतात. खेळामुळेच परस्परांचं महत्त्व अगदी क्षणोक्षणी जाणवत राहतं.

☑ खिलाडू वृत्ती हवी

खेळामुळेच आपल्याला यश/अपयश पचवणं शक्य होतं. यशामुळे हुरळून जाऊन, गाफील राहून चालत नाही हा महत्त्वाचा धडा मिळतो. त्याचप्रमाणे 'खेळ म्हटला की हार-जीत दोन्ही होणारच,' हेही मनावर ठसतं.' आज

हरलो तरी हरकत नाही, उद्या जिंकू शकतो, ही वृत्ती निर्माण होते. प्रतिस्पर्धी संघ जिंकला तरी त्याचं कौतुक करणं, तो हरला तरी त्याला कमी न लेखणं हे सगळं खेळातूनच शिकता येतं.

खेळ खेळण्यातला सर्वात महत्त्वाचा फायदा म्हणजे अंगी खिलाडू वृत्ती येते. आपला पराभव व समोरच्याचा विजय मान्य करणे म्हणजे खिलाडू वृत्ती. स्पर्धेत उतरायचं ते जिंकण्यासाठीच. स्पर्धेमुळेच आपलं कौशल्य पणास लागतं, आपली क्षमता वाढते हे जसं खरं, तसंच स्पर्धाही खेळापुरती असते, हेही समजून येतं.

हा तर फारच मोलाचा धडा आहे. तुम्ही वाचलं असेल, युद्धातही परस्परांवर तुटून पडणारे योद्धे, संध्याकाळी युद्ध थांबल्यानंतर शत्रू पक्षाच्या राहुट्यांमध्ये जाऊन जखमांची विचारपूस करत असतात. ही खरी खिलाडू वृत्ती. हा खरा उमदेपणा.

खिलाडू वृत्ती म्हणजेच मनाचा मोकळेपणा. आपल्या मर्यादा मोकळेपणानं मान्य करणं. समोरच्याकडून जे शिकता येईल ते शिकण्याची वृत्ती म्हणजे खिलाडू वृत्ती. खेळाच्या माध्यमातून अंगी बाणणारी खिलाडू वृत्ती, व्यक्तिमत्त्वाला उमदं बनवणारी, कुठल्याही परिस्थितीत प्रसन्न ठेवणारी असते.

□

मन करा रे प्रगल्भ

'मन करा रे प्रसन्न- सर्व सिद्धीचे साधन,' हे तुम्ही ऐकलं-वाचलं असेल. मन प्रसन्न आणि प्रगल्भ करता आलं तर तुम्ही कायमच आनंदी राहाल.

मन प्रगल्भ करायचं म्हणजे काय? प्रगल्भ या शब्दाचा सोपा अर्थ शहाणा, समजूतदार असा आहे. प्रत्येक वेळी नीट, विचारपूर्वक वागणारा, असाही अर्थ सांगता येईल. आपण पाहतो, की काही वेळा मोठी, शहाणीसुरती माणसंही लहान मुलासारखं वागतात. खूप चिडतात, आदळआपट, आरडाओरडा करतात. याउलट काही वेळा लहान मुलंही मोठ्या माणसांसारखी शहाणी, समजूतदार वागतात. म्हणजे प्रगल्भ वागणं हे फक्त वयावर अवलंबून नसतं. ते नेमकं कशावर अवलंबून असतं?

या प्रश्नाचं उत्तर मिळवण्याआधी आपण प्रथम 'मन' कसं असतं, हे लक्षात घ्यायला हवं. बहिणाबाईंनी 'मन वढाय वढाय, उभ्या पिकातलं ढोर' असं म्हटलं आहे. मन चंचल असतं, ते ताब्यात ठेवणं अवघड असतं. तुम्ही हा अनुभव घेतच असता, की मन एका ठिकाणी रमत नाही. ते सतत हुंदडत असतं, उंडारत असतं. मनात सारखे कुठले ना कुठले विचार येत असतात.

सतत काही ना काही भावना येत असतात.

मित्रहो, सर्वांत महत्त्वाच्या असतात त्या या भावना, कारण भावनाच आपल्याला कृतीसाठी उद्युक्त करत असतात, प्रेरणा देत असतात. सैनिकांमध्ये वीरश्रीची, शौर्याची, देशभक्तीची भावना असते, तेव्हाच ते त्वेषाने शत्रूशी लढू शकतात. दोन संघांमध्ये स्पर्धे ची भावना असते, तेव्हाच ते स्वतः ला झोकून देऊन खेळतात.

मनात भक्तीची भावना असते, म्हणूनच वारकरी उन्हा पावसात मैलो न् मैल चालत पंढरीची वारी करतात. पण सगळ्याच भावना अशा सकारात्मक नसतात. चिंता, भीती, निराशा, टेन्शन... या नकारात्मक भावना असतात. आपल्या मनात नकारात्मक भावना असतील तर आपण आत्मविश्वासानं काहीच करू शकत नाही.

तुम्हाला तो सापशिडीचा खेळ माहिती असेलच. शिडी मिळाली, की आपण वर जातो. सापामुळे आपण खाली येतो. आपल्या मनातही भावनांचा हा सापशिडीचा खेळ चालू असतो. नेहमीच. सकारात्मक भावना शिडीसारख्या असतात. त्या आपल्याला 'वर' नेतात, उमेद उत्साह देतात, तर नकारात्मक भावना सापासारख्या असतात. चिंतेच्या, नैराश्याच्या विळख्यात आपण सापडलो, की संपलेच. या नकारात्मक भावना आपल्याला 'खाली' खेचत राहतात.

☑ भावनांचं नियंत्रण

भावनांमध्ये जबरदस्त शक्ती असते, ऊर्जा असते. नकारात्मक भावनांमधली शक्ती चुकीच्या गोष्टींसाठी वापरली जाते, म्हणूनच भावनांवर नियंत्रण ठेवावं लागतं. शक्य असेल तेवढा त्यांच्यावर ताबा मिळवावा लागतो.

राग किंवा क्रोध हा माणसाचा एक मोठा शत्रू मानला जातो. राग येतो तेव्हा आपण अनावर होतो. आपण आरडाओरडा करतो, आदळआपट करतो, रागाच्या भरात माणसं काही भयंकरही करून बसतात. रागात असताना आपण जवळच्या माणसांनाही तोडून बोलतो, त्यामुळे ती माणसं दुखावतात आणि दुरावतात. आपल्याला भले नंतर पश्चात्ताप होतो, पण तोपर्यंत व्हायचं ते नुकसान होऊन जातं. म्हणूनच राग आवरता आला पाहिजे. आपल्याला कशाकशामुळे राग येतो, हे ध्यानात ठेवून त्या त्या वेळी खूप सावध राहिलं पाहिजे. त्यातून राग आलाच तर त्याचा वेगळ्या पद्धतीनं निचरा करता आला पाहिजे.

राग आल्यावर दहा आकडे मोजावेत, असं म्हटलं जातं. खूपच राग आला असेल तर दहाच काय, शंभरही मोजावेत, पण राग आटोक्यात येईपर्यंत काही बोलू नये, काही करूही नये. हवं तर पळायला जावं, पोहायला जावं. मोठी माणसं बागकाम वगैरे करून राग रिचवतात, स्वतःला शांत करतात. आपल्याला नेमका कशामुळे राग येतो, प्रत्येक वेळी एवढा राग येण्याची गरज आहे का? असाही विचार करावा. यालाच 'विवेक' असं

> *भावनांमध्ये जबरदस्त शक्ती असते, ऊर्जा असते. नकारात्मक भावनांमधली शक्ती चुकीच्या गोष्टींसाठी वापरली जाते, म्हणूनच भावनांवर नियंत्रण ठेवावं लागतं. शक्य असेल तेवढा त्यांच्यावर ताबा मिळवावा लागतो.*

म्हणतात. विवेक म्हणजे सारासार विचार, योग्य काय-अयोग्य काय याचा विचार. भीती ही अशीच एक नकारात्मक भावना. भित्यापाठी ब्रह्मराक्षस! अशी म्हणच आहे. अनेकदा ही भीती अकारण वाटत असते. अगदी साधं उदाहरण म्हणजे भुतांची भीती. कुठे असतात भुतं? अंधारात असतात म्हणे. कशावरून? तुम्हाला कधी भूत भेटलंय का? या काल्पनिक भीतीवर उत्तम, रामबाण उपाय असतो तो कृतीचा. एकदा जा बरं रात्री अंधारात. चांगली तासभर वाट बघा भुताची. तुम्हाला कळेल, की भूत नसतंच.

कुठल्याही 'भीती'वर 'कृती' हाच उतारा असतो. आणखी एक तापदायक भावना म्हणजे चिंता. 'चिता' आणि 'चिंता' यात फक्त एका टिंबाचा फरक असतो. ही चिंताही जाळणारी, पोखरणारी असते. परीक्षेच्या वेळी 'काय होईल' याची चिंता करत बसून, फायदा काहीच होत नसतो. तोटाच होतो. जे करणं शक्य आहे. उदा. अभ्यास करणं, मित्रांची/सरांची मदत घेऊन अवघड वाटणारा भाग समजून घेणं ते करत राहावं. 'जास्तीत जास्त काय होईल?' असा विचार करावा आणि त्यासाठी मनाची तयारी करावी. कमी मार्क्स पडतील, पडू देत, पुढच्या वेळी जास्त मार्क्स मिळवीन, असं स्वतःला समजवावं.

योग्य विचारानं, विवेकानं आपल्या भावनांचं नियंत्रण करता आलं तरच आपण प्रगल्भ होतो. आपलं व्यक्तिमत्त्व हे समृद्ध हवं, अष्टपैलू हवं, तसंच ते समतोल व प्रगल्भही हवं. म्हणूनच मन करा हे प्रगल्भ!

□

माणसे जोडत चला

तुम्हाला आयुष्यात यशस्वी व्हायचंय का? त्यासाठी तुम्हांला स्वतःचं 'टॅलेन्ट' म्हणजे स्वतःची गुणवत्ता, क्षमता वाढवावी लागेल, मेहनत करावी लागेल, डोकं लढवावं लागेल, नव्या कल्पना शोधाव्या लागतील, पुढाकार घ्यावा लागेल. असे बरेच काही करावे लागेल, पण त्याचबरोबर एक महत्त्वाची गोष्टही करावी लागेल. तुम्हांला माणसे जोडावी लागतील.

होय, कुठलंही यश तुम्ही एकट्याने मिळवू शकत नाही. त्यासाठी तुम्हांला इतरांची साथ, त्यांचे सहकार्य हवे असते, म्हणूनच तुम्हांला माणसे जोडावी लागतात. तुम्ही योग्य माणसे जोडलीत तर तीच तुम्हांला यशाकडे घेऊन जातात. म्हणूनच म्हणतात- जो फक्त वर्षाचा विचार करतो, तो धान्य पेरतो. जो दहा वर्षांचा विचार करतो, तो झाडे लावतो. जो आयुष्यभराचा विचार करतो, तो माणसे जोडतो.

फक्त यशासाठी नव्हे, तर आनंदासाठी, प्रेमासाठी, सुखदुःखात सहभागी होण्यासाठी आपल्याला माणसे हवी असतात. माणसांशिवाय आपण जगूच शकत नाही. आपल्याला भेटणाऱ्या माणसांच्या सहवासातूनच

माणसांची किंमत ओळखता आली पाहिजे आणि नात्यांमधली गंमतही जाणता आली पाहिजे. जुनी, जाणती माणसे नेहमी हाच सल्ला देतात, 'माणसे धरून राहावे!' क्षेत्र कुठलेही असो. उद्योगक्षेत्र असो- कुठल्याही क्षेत्रात जे उत्तुंग यश मिळवतात, मोठे होतात ती माणसे आपल्या यशाचे रहस्य सांगताना हेच सांगतात, माणसे जोडणे. गुणी माणसांची पारख करणे, त्यांना आपल्यासोबत घेणे, आपल्या स्वप्नात सहभागी करून घेणे- यातूनच ही माणसे मोठी होतात. माणसे जोडणे, हीसुद्धा एक कला आहे,

आपण शिकत असतो, वाढत असतो. आपले व्यक्तिमत्त्व, आपले जीवन समृद्ध होत असते.

म्हणूनच माणसांची किंमत ओळखता आली पाहिजे आणि नात्यांमधली गंमतही जाणता आली पाहिजे. जुनी, जाणती माणसे नेहमी हाच सल्ला देतात, 'माणसे धरून राहावे!' क्षेत्र कुठलेही असो. उद्योगक्षेत्र असो- कुठल्याही क्षेत्रात जे उत्तुंग यश मिळवतात, मोठे होतात ती माणसे आपल्या यशाचे रहस्य सांगताना हेच सांगतात, माणसे जोडणे. गुणी माणसांची पारख करणे, त्यांना आपल्यासोबत घेणे, आपल्या स्वप्नात सहभागी करून घेणे- यातूनच ही माणसे मोठी होतात. माणसे जोडणे, हीसुद्धा एक कला आहे, पण हेही तितकेच खरे, की फक्त जोडावीत अशीच नेमकी माणसे आपल्याला भेटतात, आपल्या आयुष्यात येतात असे नाही. त्यामुळे त्यांच्याबाबतीत तिहेरी दक्षता घ्यावी लागते ती अशी-

» हवी ती माणसे जोडणे

» कामाची माणसे तुटू न देणे

» बिनकामाची माणसेही दुखावणार नाहीत, याची खबरदारी घेणे.

हे सगळे साधायचे कसे? त्यासाठी काही तंत्र आहेत, सूत्रे आहेत, पण मुळात हे कायम भान ठेवा, की माणसे जोडायची ती फक्त आपल्या फायद्यासाठी, असे चालत नाही. काही लोक माणसांचा वापर करतात. त्यांचा उपयोग संपला, की त्यांना तोडून मोकळे होतात. अशा माणसांचा खरा स्वभाव, त्यांचे खरे स्वरूप हे कधी ना कधी लोकांना कळून चुकतंच. मग त्यांना पैसे मोजूनही माणसे मिळत नाहीत.

☑ आस्था व माणुसकी

माणसांबद्दल आपल्या मनात प्रथम आस्था हवी, माणुसकी हवी. आपल्याला फक्त 'कामाची माणसे'च नव्हे, जिवाभावाचे मित्रही हवे असतात. माणसे जोडण्यातही एक आगळावेगळा आनंद असतोच. तो घेण्यासाठी स्वभाव मोकळा हवा, मनामध्ये जिव्हाळा हवा. सौजन्य तर हवेच, पण सर्वांशी सारखे वागणे जमायला हवे.

जे आर डी टाटा हे केवढे मोठे उद्योगपती. ते जमशेटपूरला राहत, मात्र ते पुण्यातील त्यांच्या 'टेल्को' या कंपनीत आले, की दिवसभराच्या 'मीटिंग्ज' आटोपल्यावर आवर्जून कामगारांच्या कॉलनीमध्ये जात. त्यांच्याशी गप्पा मारून, त्यांची विचारपूस करत. अलीकडेच आपले पंतप्रधान नरेंद्र मोदी यांनीही माणुसकीचे असेच दर्शन घडवले. पुण्याच्या एका गरीब घरातील मुलीने त्यांना पत्र पाठवले होते. तिच्या हृदयाला छिद्र असल्यामुळे तिला शस्त्रक्रिया करावी लागणार होती. 'गरिबीमुळे आम्हाला तो खर्च परवडणार नाही, तरी तुम्ही मदत करा,' असे त्या मुलीने नरेंद्र मोदींना लिहिले होते. त्यांनी त्या पत्राची दखल घेऊन त्या मुलीच्या शस्त्रक्रियेसाठी पैशांची व्यवस्था केली. शस्त्रक्रिया यशस्वी झाली व ती मुलगी बरी झाली. त्यानंतर ते पुण्यात एका कार्यक्रमासाठी आले असताना त्यांनी त्या मुलीला भेटण्यासाठी वेळ दिला. तिची प्रेमाने चौकशी केली.

भारतात सव्वाशे कोटी लोक आहेत. त्यातल्या एका सामान्य मुलीची दखल घेणे, तिला नवे आयुष्य देणे, स्वतः भेटणे - यातून निश्चितच त्यांच्या स्वभावाचे दर्शन घडते.

लोक मोठे झाले, उच्च पदावर गेले की त्यांना सामान्य माणसांचा विसर पडतो. 'मला आता याची काय गरज आहे?' असा विचार त्यांच्या मनात येतो. मात्र, जी खरी मनाने मोठी माणसे असतात ती देवाकडे प्रार्थना करताना ही अशी करतात- 'देवा मला मोठा कर, पण एवढे मोठे करू नकोस, की मला खालची माणसे दिसणारच नाहीत.'

माणसे जोडण्यासाठी आपण 'संभाषण कौशल्या'त पाहिले तेही महत्त्वाचे असतेच. ते म्हणजे 'समोरचा अधिक महत्त्वाचा.' आपण प्रथम समोरच्याला महत्त्व दिले तरच तो आपल्याला महत्त्व देतो. त्याच्याशी आपण आदराने बोललो तरच तोही आपल्याशी आदराने बोलतो. आपण त्याच्या हिताचा विचार केला तर तोही आपल्या हिताचा विचार करतो. आपण त्याला गरज असताना मदत केली तर तोही आपल्या अडचणीच्या वेळी धावून येतो.

आपण जे पेरतो तेच उगवत असते. आपण जसे वागतो तसेच इतरही आपल्याशी वागत असतात. आपण केलेल्या मदतीची परतफेड केली जाते. माणसे जोडली जातात हे फायदे असतातच, पण मदत करण्यात एक आनंदही असतो तो का घेऊ नये?

माणसांची किंमत आणि नात्यांतली गंमत तुम्ही जाणली असेल तर आता 'माणसे जोडावी कशी'? याचा अधिक विचार करू. माणसे जोडण्यासाठीची काही साधी, सोपी तरीही तितकीच महत्त्वाची अशी ही सूत्रे आहेत.

☑ प्रतिक्रिया नको, प्रतिसाद द्या

संवाद साधण्यासाठी आणि माणसे जोडण्यासाठी हे सूत्र अगदी 'नंबर वन' असेच म्हणता येईल.

प्रतिक्रिया म्हणजे मनात येईल तसे, प्रतिसाद म्हणजे योग्य असेल तसे. प्रत्यक्षात मात्र आपण सतत प्रतिक्रियाच देत असतो. 'अरेला कारे' करत असतो. त्यामुळे मग समोरचा त्याहीपेक्षा तीव्र प्रतिक्रिया देत राहतो. मग हे क्रिया-प्रतिक्रियांचे चक्र सुरूच राहते. त्यातून वाद उद्भवतात, भांडणे होतात, माणसे तुटतात.

प्रतिक्रिया देताना आपण 'समोरच्याला काय वाटेल' याचा विचारच करत नाही. हे शक्य आहे, की त्यानेही बोलताना आपल्याला काय वाटेल, याचा विचार केला नसेल. पण त्याने केलेली चूक आपणही केलीच पाहिजे, असे थोडेच आहे. म्हणूनच त्याच्या बोलण्यावर/सांगण्यावर/मतावर काही उत्तर देण्यापूर्वी थोडा विचार करा आणि मग जो योग्य वाटेल, तो प्रतिसाद द्या. मौज अशी आहे, की तुम्ही असा प्रतिसाद दिलात, की समोरचाही प्रतिसाद देतो, त्यामुळे होऊ शकणारा वाद संपुष्टात येतो आणि संवाद सुरू होतो. कामे होऊ लागतात.

☑ कौतुक आज, टीका उद्या

कौतुक कुणाला नको असते? कौतुकामुळे हुरूप येतो. एक प्रकारची 'टॉनिकी' जादू असते कौतुकात. म्हणूनच कुणाचे कौतुक करण्यात कधीही कसर करू नये. याउलट टीका करताना जरा विचार करावा, सबुरी दाखवावी. आपले दोष दाखवलेले कुणालाच आवडत नाही, म्हणूनच तसे ते दाखवताना खूप सौम्य भाषा वापरावी. आवश्यक असेल तरच चांगल्या हेतूने टीका करावी. कुणाचं कौतुक करायचे असेल तर ते ताबडतोब करून टाकावे. कुणावर टीका करायची असेल तर ती मात्र उद्यावर ढकलावी.

☑ श्रेयाचा मोह टाळा

असे म्हणतात यशाला अनेक बाप असतात, अपयश मात्र अनाथ असते. म्हणजे काय तर यशाचे श्रेय स्वतःकडे घेण्यासाठी सगळेच धडपडत

असतात. हे मी केले, हे माझ्यामुळे झाले ही फुशारकी मारायला आपल्याला आवडते. याउलट अपयश आले तर त्याची जबाबदारी घ्यायला कुणाचीच तयारी नसते. म्हणूनच अपयशासाठी नेहमी दुसऱ्याकडे बोट दाखवले जाते, दुसऱ्यावर खापर फोडले जाते.

या वृत्तीमुळे माणसे तुटतात. इथे एक प्रश्न मनात येऊ शकतो जर यशाचे श्रेय माझे असेल तर ते मी का घेऊ नये? ते उगाच इतरांना का द्यावे? असे वाटत असेल तर हे कायम लक्षात ठेवावे, कुठल्याही यशाचे श्रेय हे एकट्या व्यक्तीचे नसते. अनेकांचा प्रत्यक्ष-अप्रत्यक्ष असा हातभार लागलेला असतो. तुम्ही परीक्षेत पहिले आला असलात तर ते तुमचेच यश ठरते, पण त्यामागे तुमच्या शिक्षकांचा, पालकांचा, तुम्हाला मदत करणाऱ्या मित्रांचाही हात असतोच.

☑ भावना ओळखायला शिका

माणसे ओळखता आली पाहिजेत, तसे माणसांच्या मनात काय चालले असेल तेही ओळखता आले पाहिजे. हे कसे शक्य आहे? आपण काही मनकवडे नसतो. खरंय, तरीही आपण अंदाज करू शकतोच. आपण त्याच्या जागी असतो तर आपल्याला काय वाटले असते, अशी कल्पना करून आपल्याला समोरच्याच्या भावनांचा अंदाज घेता येतो. भावना ओळखता आल्या, की त्याच्याशी जास्त चांगला संवाद साधता येतो.

☑ विश्वास संपादन करा

खरे बोलून, प्रामाणिक वागून, दिलेला शब्द पाळून आपण इतरांचा विश्वास संपादन करू शकतो. हे खरंय की आजच्या काळात ज्यांच्यावर पूर्ण विश्वास टाकावी, अशी माणसे फारच कमी असतात, पण त्या कमी असणाऱ्या माणसांत आपण का असू नये? इतर माणसे (आपल्यासारख्या) विश्वासू, विश्वासार्ह माणसाच्या शोधातच तर असतात!

☑ नकार नम्रतेने द्यावा

'संवादा'मध्ये आणि माणसे जोडण्यामध्ये 'नकार' हा एक मोठा अडसर ठरू शकतो. हे खरंय, की काही वेळा नकार द्यावा लागतो. 'नाही' तिथे 'नाही' म्हणता यायला हवे, पण ते आपण कसे म्हणतो, यालाही महत्त्व असते. नकारामुळे माणसे नाराज तर होतातच. त्या नाराजीवर मीठतरी चोळू नये. 'छे, छे, हे मला शक्यच नाही' अशा खरमरीत शब्दांपेक्षा. 'सॉरी हं, मला नाही वाटत मी हे करू शकेन' असे शब्द वापरावेत. त्यात काही कमीपणा नसतो. नम्रतेने दिलेल्या नकारामुळे तोटा काहीच होत नसतो. माणसे थोडी नाराज झाली तरी कायमची तुटत नाहीत, हा फायदा मात्र नक्कीच होतो.

☑ पुढाकार घ्या

तुम्हाला माणसे जोडण्यात आनंद असेल तर पुढाकार तुम्हीच घ्यायला हवा. नव्या ओळखी स्वतः करून घ्यायला हव्यात. अनोळखी माणसालाही बोलते करायला हवे. त्यांची आवडनिवड जाणून घ्यायला हवी. त्याला मदत करण्याची, सोबत करण्याची संधीही घ्यायला हवी.

☑ स्पर्धा नव्हे, सहकार्य

काही वेळा स्पर्धा करावी लागते, पण ती निकोप स्पर्धा असावी. मात्र, जेव्हा अनावश्यक असेल तेव्हा स्पर्धा टाळावी आणि जेव्हा जेव्हा शक्य असेल तेव्हा स्पर्धेऐवजी सहकार्याचा प्रयत्न करावा. अशी अनेक सूत्रे आहेत, पण मुळात आपले मन साफ असेल तर माणसे जोडणे हे सहज शक्य होते.

□

बोलाल तर जिंकाल

'**सं**भाषण' करणं प्रत्येकाला जमू शकतं. 'भाषण' करणं जमतंच असं नाही. तुम्ही कधी सभेत बोलला आहात का? का बोलला नाहीत? तुम्हाला तशी कधी संधीच मिळाली नाही, की भीती वाटते म्हणून तुम्ही संधी मिळूनही ती घेतली नाही?

हे खरंच की प्रत्येकानं भाषण द्यायलाच हवं असं नाही. असे कितीतरी लोक असतात जे कधीच श्रोत्यांसमोर उभे राहत नाहीत. भाषण करता आलं नाही तर प्रत्येकाचं अडतंच असं नाही, पण भाषण करता आलं तर?

'आपण भाषण देऊ शकतो' ही नक्कीच आत्मविश्वास वाढविणारी गोष्ट आहे. वक्तृत्व ही एक कला आहे. त्या कलेकडे आपण आत्मविश्वास मिळवण्याचं साधन म्हणूनही पाहू शकतो.

वक्तृत्व हा आपल्या व्यक्तिमत्त्वाचा एक पैलू म्हणून विकसित करता आला तर ते नक्कीच फायद्याचं ठरतं. वेळ आली तर असं भाषण करताना आपली भंबेरी उडू नये, फजिती होऊ नये असे तुम्ही ठरवू शकता.

☑ भीतीचा बाऊ नको

एक लक्षात घ्या, सभेत बोलण्याचं धाडस हे काही जन्मतःच लाभत नसतं. जे नामवंत वक्ते असतात, त्यांनासुद्धा पहिल्या वेळी सभेपुढे उभं राहताना भीती वाटलेली असते. बहुधा त्याचे पाय लटपटलेले असतात. तेव्हा तुम्हाला भीती वाटत असेल तर ती अगदी स्वाभाविक आहे. पण 'भीती वाटते' हे प्रयत्न न करण्यासाठी पुरेसं कारण नव्हे आणि 'विकास' हा तर प्रयत्नांशिवाय होऊ शकत नाही.

पाण्यात पडल्याशिवाय पोहता येत नसतं, तसंच सभेपुढे उभं राहिल्याशिवाय बोलता येत नसतं. वाटली भीती, लटपटले पाय तरी तिकडे दुर्लक्ष करून तुम्ही बोलत राहिलात तर हळूहळू भीती गायब होते.

☑ काय व कशासाठी?

तुम्ही काय बोलताय व कशासाठी बोलताय हे जसं महत्त्वाचं तसंच ते तुम्ही कसं बोलताय हेही महत्त्वाचं. भाषणाचा विषय हा सर्वात महत्त्वाचा असतो. तो श्रोत्यांना महत्त्वाचा वाटला तर श्रोते नक्कीच ऐकून घेतात. अशा वेळी वक्ता दिसतो कसा, याला ते महत्त्व देत नाहीत. तुम्ही नीटनेटकं असावं एवढीच माफक अपेक्षा असते.

जे नामवंत वक्ते असतात, त्यांनासुद्धा पहिल्या वेळी सभेपुढे उभं राहताना भीती वाटलेली असते. बहुधा त्याचे पाय लटपटलेले असतात. तेव्हा तुम्हाला भीती वाटत असेल तर ती अगदी स्वाभाविक आहे. पण 'भीती वाटते' हे प्रयत्न न करण्यासाठी पुरेसं कारण नव्हे आणि 'विकास' हा तर प्रयत्नांशिवाय होऊ शकत नाही.

तेव्हा प्रथम तुम्ही योग्य विषय निवडायला हवा. मग त्या विषयावर अभ्यास करायला हवा, माहिती जमवायला हवी. तुम्ही कोणती नवी माहिती देणार आहात, कोणते मुद्दे मांडणार आहात, हे सर्व पक्क हवं. तुमच्या भाषणातून काहीतरी नवं, वेगळं, महत्त्वाचं श्रोत्यांना मिळायला हवं.

☑ भाषणाची तयारी

भाषणाची तयारी करायची म्हणजे काय? भाषण लिहून काढायचं का? मग ते पाठ करायचं का? अगदी पहिल्यांदाच तुम्ही बोलणार असाल तर भाषण पाठ करणं सोयीचं असतं, पण ते अगदी शब्दशः पाठांतर नसावं. सगळं भाषण लिहून काढू नये. लिहिलेलं भाषण कधीही सभेत वाचून दाखवू नये. मुद्दे लिहावेत. ते लक्षात ठेवून भाषण स्वतःशीच म्हणून पाहावं. काय आठवतंय? काय विसरलं जातंय? जे विसरलं जातंय ते लक्षात ठेवून पुन्हा बोलून पाहावं. असं दोन चार वेळा केलं, की विश्वास येतो. मुख्य म्हणजे वेळेचा अंदाज येतो. आपलं बोलणं कसं वाटतंय, हा विचार केला तर कसं बोलायला हवं, हेही समजू शकतं.

☑ शैलीचं काय?

भाषणातला आशय, मुद्दे महत्त्वाचे असतातच, पण त्याला प्रभावी शैलीची जोड मिळाली तर नक्कीच बहार येते हे तर खरंच! रटाळ बोलणं कोण ऐकून घेईन? ते रसाळच हवं. त्यासाठी प्रथम भाषा चांगली हवी. भाषेवर प्रभुत्व हवं. प्रत्येक शब्दाचा विशिष्ट अर्थ असतो. तो ध्यानात घेऊन नेमके, अचूक शब्द वापरायला हवेत.

मात्र उगाच पल्लेदार, जड, अलंकारिक शब्द वापरू नयेत. सुटसुटीत वाक्यं तुम्हाला बोलायला सोपी, श्रोत्यांना समजायला सोपी असतात. भाषण हेही (अधिक श्रोत्यांसमोर केलेलं) संभाषण असू शकतं. आपल्या व्यक्तिमत्त्वाला, आपल्या स्वभावाला साजेल अशी सहज शैली असावी.

उगाच कुणा वक्त्याच्या शैलीचं अनुकरण करू नये. नक्कल ही हास्यास्पदही ठरू शकते. सुभाषितं, म्हणी, विनोद या साऱ्यांमुळे भाषण रंगतं हे खरंय, पण ते सारं सहजपणे ओघात यायला हवं.

हातवारेही ठरवून करू नयेत, सहज बोलता बोलता जे होतील, जसे होतील तेवढेच करावेत.

☑ सुरुवात व समारोप

हे लक्षात ठेवा, तुमच्या भाषणाची पहिली काही मिनिटं महत्त्वाची असतात. आज हे छान बोलणार आहेत, असं श्रोत्यांना जाणवायला हवं. त्यासाठी किस्सा, विनोद, कविता, सुविचार - यांचा आधार घ्यायला हरकत नाही किंवा मग एकदम वेगळाच मुद्दा मांडावा. खूप विचार करून प्रारंभ ठरवावा. तो लक्षवेधी, आकर्षकच हवा.

एकदा का छान सुरुवात झाली, की भाषण रंगत जातं. मात्र, श्रोते खरंच रंगताहेत ना इकडे लक्ष ठेवावं. अंदाज घेऊन बोलत रहावं. भाषणाचा शेवट हा तर उत्कर्षबिंदू असतो. टाळ्यांचा कडकडाट त्यावरच अवलंबून असतो. मात्र हे लक्षात ठेवा हशा, टाळ्या ही भाषण रंगण्याची लक्षणं असतात फक्त ; शेवटी तुमचे विचार, तुमचे मुद्दे हेच महत्त्वाचे असतात. शैलीपेक्षा आशय महत्त्वाचा असतो.

□

तुम्ही नेते होऊ शकता

होय, तुम्हीसुद्धा नेते होऊ शकता. नेतृत्व करू शकता. पण नेते हे काही फक्त राजकीय नसतात. टाटा, बिर्ला, किर्लोस्कर, अंबानी हे त्यांच्या उद्योगाचे नेते असतात. कप्तान हा संघाचा नेता असतो. मुख्याध्यापक हे शाळेचं नेतृत्व करत असतात.

समजा, तुम्ही वर्गाचे 'मॉनिटर' असाल, वर्ग प्रतिनिधी असाल तर तुम्ही वर्गाचे नेतेच असता. राजकीय नेते हे खरं तर 'पुढारी' असतात. असो. नेता कोण होऊ शकतं? खरं तर कुणीही. अगदी प्रत्येक जण. वक्ता जसा जन्मजात नसतो तसा नेताही उपजत नसतो. कुणी छोटा नेता होईल, कुणी मोठा. कुणी कॉलेजचं नेतृत्व करेल, कुणी राज्याचं...तर कुणी देशाचंही. हे तर खरंच की महान नेते हे मोजकेच असतात. प्रत्येकानं महान नेता होणं अपेक्षित नाहीच आहे, पण प्रत्येक जण कुठल्या ना कुठल्या पातळीवर नेता जरूर होऊ शकतो. प्रत्येकाकडे नेतृत्वासाठी आवश्यक असणारे गुण, कौशल्य काही ना काही प्रमाणात असतातच. फक्त ते प्रयत्नपूर्वक विकसित करणं गरजेचं असतं.

नेतृत्वासाठी स्वतःला घडवायचं असेल तर व्यक्तिमत्त्वातल्या कोणत्या पैलूंचा विकास करायला हवा? नेतृत्वासाठी आवश्यक अशी कोणती कौशल्यं मिळवायला हवीत? प्रारंभी हे अगदी पक्कं ध्यानात घ्या की कुणीही एका रात्रीत नेता होत नसतो. नेता हा हळूहळू, छोट्या-मोठ्या प्रसंगातून घडत असतो, तयार होत असतो. तो पुरेसा तयार झाला अशी खात्री पटली की त्याची 'नेता' म्हणून निवड होते. लोक त्याला नेता म्हणून स्वीकारतात.

आपणही पुढे मागे नेतृत्व करावं असं तुम्हाला मनापासून वाटत असेल तर तुम्ही स्वतःला घडवत राहा. त्यासाठी काय काय करायला हवं ते पाहू.

☑ पुढाकार घ्या

अगदी साधी गोष्ट घ्या. समजा, जोराच्या वादळामुळे तुमच्या शाळेतल्या झाडांच्या फांद्या मोडून आवारात पडल्या आहेत. व्हरांड्यात, वर्गाच्या दारातही पडल्या आहेत. अशा वेळी तुम्ही काय करता? येतील शिपाई आणि उचलतील ती झाडं-फांद्या असा विचार करता, की पुढे होऊन शक्य त्या फांद्या उचलून दूर करता? कुणीतरी येईल, काहीतरी करेल अशी वाट बघणारे बरेच असतात. स्वतः होऊन पुढे होणारे थोडेच असतात. त्यांना माहिती असतं, कुणीतरी सुरुवात केल्याशिवाय कुठलंच चांगलं काम होऊ शकत नाही. तुम्ही पुढे झालात, की आपोआप तुमच्या मागे लोक येतात.

महान नेते हे मोजकेच असतात. प्रत्येकानं महान नेता होणं अपेक्षित नाहीच आहे, पण प्रत्येक जण कुठल्या ना कुठल्या पातळीवर नेता जरूर होऊ शकतो. प्रत्येकाकडे नेतृत्वासाठी आवश्यक असणारे गुण, कौशल्य काही ना काही प्रमाणात असतातच. फक्त ते प्रयत्नपूर्वक विकसित करणं गरजेचं असतं.

☑ जबाबदारी स्वीकारा

नेते थोडेच असतात आणि अनुयायी बरेच असतात. याचं हेही एक कारण आहे, की जबाबदारी घेणारे थोडेच असतात, ती टाळणारे मात्र बरेच असतात. कुणीतरी पुढाकार घ्यावा लागतो, तसंच कुणीतरी नेमकं काय करायचं हे ठरवावं लागतं. कुणीतरी योग्य वेळी, योग्य तो निर्णय घ्यावा लागतो, मात्र निर्णय घेताना त्यांच्या परिणामांची जबाबदारीही घ्यावी लागते. जो जबाबदारी घ्यायला कचरत नाही, त्याच्याकडे नेतृत्व हे आपोआप चालत येत असतं.

☑ उद्दिष्ट ठरवा

तुम्हाला ज्या गटाचं, विभागाचं, संघाचं, नेतृत्व करायचं आहे; त्या संघाचं उद्दिष्ट स्पष्ट असायला हवं. नेतृत्व करायचं म्हणजे काय, तर जे उद्दिष्ट ठरलं आहे ते गाठायचं, पुरं करायचं. प्रजासत्ताक दिनासाठी शाळा स्वच्छ करायची हे उद्दिष्ट असू शकतं. २५ जानेवारीपर्यंतच शाळा चकाचक करा. भूकंपग्रस्तांसाठी निधी जमवायचा असेल तर तुमच्या गटासाठी किती दिवसांत किती निधी जमवायचा हे ठरवा म्हणजे त्या दृष्टीने प्रयत्न करता येतात. उद्दिष्ट नेहमी स्पष्टच हवं.

☑ सहमती साधा

सर्वांच्या सहकार्यानेच कुठलंही काम यशस्वीरीत्या पूर्ण करता येतं. त्यामुळे सर्वांना सहभागी करून घ्या. तुमची मतं इतरांवर लादू नका. सर्वांच्या सूचना ऐकून, त्यांच्या मनाची योग्य दखल घेत जा. उत्तम कामगिरीसाठी संघाच्या सर्व सदस्यांमध्ये आपलेपणा निर्माण करावा लागतो. एकोपा राखावा लागतो. अर्थात योग्य ती शिस्तही असावी लागते. कुठल्याही एका व्यक्तीपेक्षा कार्य महत्त्वाचं असतं, हे कायम लक्षात ठेवा.

प्रत्येकाच्या चांगल्या कामगिरीची दखल घ्या. त्या कामगिरीचं चीज

होईल हे पाहा. त्याला अधिक चांगल्या कामगिरीसाठी प्रोत्साहन द्या, मात्र प्रोत्साहन म्हणजे फक्त बक्षीस नव्हे. लोकांना कौतुक व मान्यताही हवी.

☑ अपेक्षा उंचवा

स्वतःकडून, इतरांकडून असलेल्या अपेक्षा उंचावत राहा. प्रत्येकाकडून सरासरी नव्हे, तर सर्वोत्तम कामगिरीची अपेक्षा ठेवा. 'माझी तुझ्याकडून आणखी अपेक्षा आहे,' असं तुम्ही म्हणता, तेव्हा समोरच्याच्याही स्वतःबद्दलच्या अपेक्षा वाढतात. तो अधिक काही करण्यासाठी प्रेरित होतो.

☑ प्रशिक्षक व्हा

उत्तम नेता हा चांगला प्रशिक्षकही असतो. प्रशिक्षक व्हायचं म्हणजे काय करायचं? तर प्रत्येक वेळी 'तू हे कर, ते कर' एवढंच न सांगता ते कसं करायचं, हे त्याला दाखवून द्या. प्रत्येकाकडे खास गुण/क्षमता असतात, तसेच काही 'वीक पॉइंट्स' असतात. हे कच्चे दुवे व शक्तिस्थाने शोधून-त्यानुसार मार्गदर्शन करता आलं तर लोक तुम्हाला खरा नेता मानू लागतात. शेवटी एकच-नेता व्हायचं, पुढारी नव्हे.

नेतृत्व करायचं ते केवळ मानानं मिरवण्यासाठी नव्हे, तर सर्वांच्या साथीनं चांगलं काही करून दाखवण्यासाठी! त्यासाठीच प्रथम...

घडवा स्वतःला.. फुलवा स्वतःला!

□

आपलं 'भविष्य' आपल्या तळहाताच्या रेघांवर नसते -
ते आपल्या विचारांवरच ठरत असते.
विचारच आपल्या जीवनाला दिशा देतात.
विचारच आपल्याला बळ देतात.

घडवा
स्वतःला
फुलवा
स्वतःला

www.ingramcontent.com/pod-product-compliance
Lightning Source LLC
LaVergne TN
LVHW040822051026
849519LV00007BA/2714
* 9 7 8 9 3 8 7 4 0 8 4 0 1 *